# ഓഷോ ധ്യാനോത്സവം

INSIGHT PUBLICA ®

Nadakkavu, Kozhikode, Kerala
Tel:0495–4020666
www. insightpublica. com
e-mail: insightpublica@gmail. com
Title: **Aapathkaramaayi Jeevikkuka**
(Malayalam)
Author: **Osho**
First Insight Edition: September 2023

ISBN 978-93-5517-441-3
Printed and Published by
Insightinpublica Printers & Publishers Ltd.

ഓഷോ

# ആപത്കരമായി ജീവിക്കുക

INSIGHT PUBLICA®

## ഓഷോ ധ്യാനോത്സവം
## പരമ്പരയിലെ പന്ത്രണ്ട് പുസ്തകങ്ങൾ

1. അസ്തിത്വത്തിന് സമർപ്പണം ചെയ്യുക.
   Surrender to Existence
2. അതെ പറയുക!
   Say Yes!
3. പ്രേമം ഒരു സ്വതന്ത്ര പക്ഷിയാകുന്നു
   Love is a Free Bird
4. ജീവിതം ഒരു വരദാനമാകുന്നു
   Life is a Gift
5. ഭൂമിയിൽ അപരിചിതൻ
   Stranger to the Earth
6. സ്വയം ഒരു ദീപമായിത്തീരുക
   Be a lamp unto yourself
7. നാം തനിയേ പറക്കുന്നു
   Alone we Fly
8. ആപത്കരമായി ജീവിക്കുക
   Live Dangerously
9. ഭയമില്ലായ്മ ഞാൻ പഠിപ്പിക്കുന്നു
   I teach Fearlessness
10. നിങ്ങളുമായി ഒന്നായിത്തീരുക
    Become one with yourself
11. സമുദ്രത്തിൽ ഒരു മഞ്ഞുതുള്ളി
    A Dewdrop in the Ocean
12. ധ്യാനം: ഒരു ആനന്ദഹർഷം
    Meditation : An Ecstasy

സത്യം അജ്ഞാതമാകുന്നു,
അതറിയണമെങ്കിൽ ഒരുവൻ
ജ്ഞാതത്തിൽ മരിച്ചുവീഴുകയും ചെയ്യണം.
ജ്ഞാതതീരങ്ങൾ പിന്നിട്ടു കഴിഞ്ഞാൽ
ഒരുവൻ അജ്ഞാതത്തിന്റെ
മഹാസാഗരത്തിലേക്ക് പ്രവേശിക്കുന്നു.
ധീരതയോടെ ആ ശൂന്യതയിലേക്ക്,
ആ പരമശൂന്യതയിലേക്ക് എടുത്തുചാടുക!
എന്തെന്നാൽ, അവിടെയാണ് ദൈവം വസിക്കുന്നത്.

# മുഖവുര

വരും താളുകളിൽ കാണുന്ന വാക്കുകൾ ബോധപ്രാപ്തനായ മഹാഗുരു ഓഷോ തന്റെ ശിഷ്യന്മാരോടും ഇന്ത്യയിലെ അദ്ദേഹത്തിന്റെ പൂന ആശ്രമം സന്ദർശിച്ച മറ്റു സാധകരോടുമായി ചെയ്ത പ്രഭാഷണങ്ങളിൽ നിന്നും എടുത്തിട്ടുള്ളതാണ്. ഫോട്ടോകളിൽ അധികവും ആശ്രമത്തിനകത്തുനിന്ന് എടുത്തിട്ടുള്ളവയാണ്: ഓഷോ തന്റെ ശിഷ്യരോടും അതിഥികളോടുമൊപ്പമുള്ളവ, സാധകർ ധ്യാനം ചെയ്യുകയോ മറ്റു പ്രവർത്തനങ്ങളിലേർപ്പെടുകയോ അല്ലെങ്കിൽ വെറുതെ വർത്തിക്കുകയോ ചെയ്യുന്നവ. (പൂന ഓഷോ മെഡിറ്റേഷൻ റിസോർട്ടിൽ നിന്നുള്ള ഫോട്ടോകൾ കൂടാതെ ഓഷോ ദം (ഡൽഹി), ഓഷോ നിസർഗ, (ഹിമാചൽപ്രദേശ്), ഓഷോ തവോവൻ (നേപ്പാൾ), രജനീഷ്പുരം (അമേരിക്ക), മോസ്കോ ഉൾപ്പെടെയുള്ള ചില വിദേശനഗരങ്ങളിൽ നടന്ന മെഡിറ്റേഷൻ ക്യാമ്പുകൾ, കേരളത്തിൽ നടന്ന ചില ഓഷോ ഇവന്റുകളുടെയും ക്യാമ്പുകളുടെയും ഫോട്ടോകൾ കൂടി ഈ മലയാളം പതിപ്പിൽ ഉൾപ്പെടുത്തിയിട്ടുണ്ട്.)

ഓഷോ നിർദ്ദേശിച്ചിട്ടുള്ളത് ഈ പുസ്തകം താഴെ പറയുന്ന രീതിയിൽ ഉപയോഗിക്കുകയാണെങ്കിൽ വായനക്കാർക്കത് ഏറ്റവും കൂടുതൽ പ്രയോജനകരമായിരിക്കും എന്നാണ്- അതായത് ഓരോ പ്രഭാതത്തിലേക്കും ക്രമപ്പെടുത്തിയിട്ടുള്ള ഭാഗങ്ങൾ രാവിലെ ഉണർന്നെഴുന്നേൽക്കുമ്പോൾ തന്നെ-മനസ്സ് ദിവസേനെയുള്ള മറ്റു പ്രവൃത്തികളിൽ വ്യാപൃതമാകുന്നതിന് മുൻപ്-വായിക്കുക.

ഒരാൾ ഉറങ്ങുന്നതിന് മുൻപ് അയാളുടെ മനസ്സിലുള്ള അവസാനത്തെ ചിന്ത തന്നെയായിരിക്കും ഉണർന്നെഴുന്നേൽക്കുമ്പോഴും അയാളുടെ ആദ്യത്തെ ചിന്ത എന്ന് പറയപ്പെടുന്നു. ഒരുപക്ഷെ നമ്മളിൽ ഭൂരിപക്ഷവും ഉറക്കത്തിലേക്ക് പതിക്കുന്നത്, ഒരു ടെലിവിഷൻ സീരിയലിലെ പ്രതിബിംബങ്ങളും കഴിഞ്ഞുപോയ ദിവസത്തെക്കുറിച്ചുള്ള വേവലാതികളും അടുത്ത് വരാനിരിക്കുന്ന ദിവസത്തെക്കുറിച്ചുള്ള ആകാംക്ഷകളും എല്ലാംകൂടി കുഴഞ്ഞുമറിഞ്ഞ മനസ്സുകളുമായിട്ടായിരിക്കും. നമ്മളിൽ പലർക്കും ഉറക്കത്തിലേക്ക് കടക്കുവാൻ തന്നെ കഴിയാത്ത അത്രയും വിഷമങ്ങളുണ്ട്. പ്രദോഷത്തിലേക്ക് വേണ്ടി തെരഞ്ഞെടുത്തിട്ടുള്ള ഭാഗങ്ങൾ രാത്രി ഉറങ്ങുന്നതിനു മുമ്പായി വായിക്കുക.

പന്ത്രണ്ട് പുസ്തകങ്ങളുടെ ഈ പരമ്പര മുപ്പത്തിയൊന്ന് ദിവസങ്ങളുള്ള പന്ത്രണ്ട് മാസങ്ങളായി വിഭജിച്ചിരിക്കുന്നു. 'മാസം ഒന്ന്', കലണ്ടർ വർഷം തുടങ്ങുന്ന മാസം തന്നെ ആയിരിക്കണമെന്നില്ല; അത് നിങ്ങൾ വായിക്കാൻ തുടങ്ങുന്ന ആദ്യത്തെ മാസമാണ്. ഉദ്ധരണികൾ ക്രമത്തിൽ തന്നെയാണ് വായിക്കേണ്ടത്, ഏതെങ്കിലും ഒന്ന് തെരഞ്ഞെടുത്താൽ പോരാ. കാരണം ജിവിതത്തെക്കുറിച്ചുള്ള ധാരണ മാസംതോറുമാണ് ഓഷോ വികസിപ്പിച്ചു കൊണ്ടുവരുന്നത്.

ഓരോ ദിവസത്തിനും ഒരു പ്രത്യേക വിഷയതന്തു ഉണ്ടായിരിക്കുകയും പ്രഭാതത്തിലെയും പ്രദോഷത്തിലെയും മനനവിഷയങ്ങൾ പരസ്പരം പൂരകമാ

യിരിക്കുകയും ചെയ്യുന്ന വിധത്തിലാണ് പുസ്തകം രൂപകല്പന ചെയ്തിട്ടുള്ളത്.

പ്രഭാതമനനങ്ങൾക്ക് വേണ്ടി തെരഞ്ഞെടുക്കപ്പെട്ട ഉദ്ധരണികൾ ഉന്മേഷദായകവും ചിന്തോദ്ദീപകവുമാണ്- എല്ലായ്പ്പോഴും, വരാനിരിക്കുന്ന ദിവസത്തിലേക്കുള്ള ഒരു സമ്പൂർണവും സജീവവുമായ പങ്കാളിത്തം സാധ്യമാക്കുന്നത്. താരതമ്യേന നോക്കിയാൽ പ്രദോഷത്തിലേക്കായുള്ള ഓഷോയുടെ വാക്കുകൾ വായനക്കാരെ വിശ്രാന്തിയുടെ, വികസനത്തിന്റെ, വിലയനത്തിന്റെ, അസ്തിത്വത്തോട് പൊരുത്തപ്പെടുന്നതിന്റെ സാംഗത്യത്തെ ഓർമ്മപ്പെടുത്തുന്നു.

ഈ ഉദ്ധരണികൾ വായിക്കുന്നതു തന്നെ സ്വയമേവ ഒരു മനനരൂപമാണ്. ഓഷോ പറഞ്ഞിട്ടുള്ളതുപോലെ, ഒരു ഋഷിവചനം അംഗീകരിക്കപ്പെടുകയോ നിരാകരിക്കപ്പെടുകയോ ചെയ്യുമ്പോഴും, ഒരുതരത്തിലുമുള്ള സിദ്ധാന്തത്തിന്റെയും ഭാഗമല്ല അത്. വായനക്കാരോട് ഒരു അനുയായിയോ വിശ്വാസിയോ ആകുവാൻ അതാവശ്യപ്പെടുന്നില്ല. വാസ്തവത്തിൽ പ്രസക്തമായിട്ടുള്ളത് ആ വാക്കുകൾ പോലുമല്ല, മറിച്ച് ആ വാക്കുകൾ എന്തിനെയാണോ സംവഹിക്കുന്നത് അതാണ് പ്രസക്തമായിട്ടുള്ളത്.

അദ്ദേഹം വിശദീകരിക്കുന്നു: ''വാക്കുകൾ (ഋഷിവര്യന്റെ വാക്കുകൾ) അവയ്ക്കു ചുറ്റും ഒരു നിശ്ശബ്ദതയെ സംവഹിക്കുന്നു. അദ്ദേഹത്തിന്റെ വാക്കുകൾ ശബ്ദായമാനമല്ല. അദ്ദേഹത്തിന്റെ വാക്കുകൾക്ക് ഒരു സ്വരമാധുര്യമുണ്ട്, ഒരു താളം, ഒരു സംഗീതം; അദ്ദേഹത്തിന്റെ വാക്കുകളുടെ അകക്കാമ്പിൽ തികഞ്ഞ നിശ്ശബ്ദതയാണുള്ളത്. നിങ്ങൾക്ക് ആ വാക്കുകളിലേക്ക് കടന്നുകയറി ചെല്ലാനാകുമെങ്കിൽ അനന്തമായ നിശ്ശബ്ദതയെ നിങ്ങൾ അഭിമുഖീകരിക്കാനിടവരും.''

''എന്നാൽ ഒരു ബുദ്ധന്റെ വാക്കുകളിലേക്ക് കടന്നു കയറി ചെല്ലുവാനുള്ള മാർഗ്ഗം അപഗ്രഥനമല്ല, വാദപ്രതിവാദവുമല്ല, ചർച്ചചെയ്യലുമല്ല. അതിനുള്ള

മാർഗ്ഗം അദ്ദേഹവുമായി ഒരു ഭാവലയത്തിൽ വീഴ ലാണ്, അദ്ദേഹവുമായുള്ള ഒരു സ്വരച്ചേർച്ചയിൽ, ഒരു ഭാവൈക്യത്തിൽ എത്തിച്ചേരലാണ്. ആ സ്വരച്ചേ ർച്ചയിൽ, ആ ഒന്നായിത്തീരലിൽ, ഒരുവൻ ഗുരുവ ചനങ്ങളുടെ ഉള്ളറയിലേക്ക് പ്രവേശിക്കുന്നു. അവിടെ നിങ്ങൾ ഒരു ശബ്ദവും, ഒരു സ്വരവും കേൾക്കുക യില്ല; അവിടെ നിങ്ങൾ കണ്ടെത്തുക തികഞ്ഞ നിശ്ശബ്ദതയായിരിക്കും. അത് തിരിച്ചറിയുക എന്ന താണ് ഗുരുവിനെ ഗ്രഹിക്കൽ.''

വാക്കിന്റെ അർത്ഥമല്ല പ്രധാനം, ഓർക്കുക, മറിച്ച് ആ വാക്കിലെ നിശ്ശബ്ദതയാണ്. ''ഞാൻ നിങ്ങളോട് പറയുന്ന കാര്യങ്ങൾ നിങ്ങളുടെ ജീവിതത്തിൽ ഒരു യാഥാർത്ഥ്യമായി തീർന്നുകൊണ്ടിരിക്കുകയാണെ ങ്കിൽ നിങ്ങൾ എന്റെ വാക്കുകളെ ഓർക്കുന്നുവോ ഇല്ലയോ എന്നുള്ളത് ആര് ഗൗനിക്കുന്നു? അത് ഓർക്കാതിരിക്കുന്നത് തികച്ചും ശരിതന്നെ; വാക്കു കളുടെ ഏതെങ്കിലും തരത്തിലുള്ള സ്മരണ ഒരു തടസ്സമായിരിക്കും. പരിശുദ്ധമായ അർത്ഥം മാത്രം നിങ്ങളുടെ സത്തയുടെ അതൃഗാധമായ കാമ്പിലേക്ക് വ്യാപിക്കട്ടെ, അവിടെ വാക്കുകൾക്ക് എത്തിച്ചേരാ നാവില്ല, അവിടെ വാഗ്രഹിതമായ അർത്ഥത്തിന് മാത്രമേ പ്രവേശിക്കുവാൻ സാധ്യമാകു.''

വാസ്തവത്തിൽ, അദ്ദേഹത്തിന്റെ വാക്കുകൾ വായിക്കുക എന്നത് ഏതെങ്കിലും തരത്തിലുള്ള മനോ വ്യായാമത്തിലേർപ്പെടുക എന്നതിനേക്കാളേറെ സംഗീതം ശ്രവിക്കുന്നതിനോടാണ് സമാനമായിട്ടു ള്ളത്. സംഗീതം ശ്രവിച്ചുകൊണ്ടിരിക്കൽ- അല്ലെങ്കിൽ വീഞ്ഞ് നുണഞ്ഞുകൊണ്ടിരിക്കൽ: ഒന്ന് മൊത്തുക, മണപ്പിച്ചു നോക്കുക. ആ സ്വാദ് നിങ്ങളുടെ ആദ്ധ്യാ ത്മിക രുചി മണ്ഡലത്തെ തൊട്ടുണർത്താൻ അനു വദിക്കുക.

പ്രേം മനീഷ

ഓഷോ ധ്യാനോത്സവം

# മാസം എട്ട്

**പ്രഭാത ചിന്താവിഷയം**

മനുഷ്യനിൽ പരമാനന്ദസമുദ്രങ്ങൾ ഉൾക്കൊള്ളുന്നു.

**പ്രദോഷ ചിന്താവിഷയം**

ജീവിതം സഹസ്രശതമാനം

## പ്രഭാതമനനം

ഗാനങ്ങളിൽ വെച്ച് ഏറ്റവും സുന്ദരമായത് ഗായകനില്ലാത്തതാണ്. ഗാനം സുന്ദരമാകുന്നത് ഗായകൻ നിങ്ങൾ അല്ലാതിരിക്കുമ്പോഴാണ്. ഗായകൻ ദൈവമായിരിക്കുമ്പോൾ, നിങ്ങൾ കേവലം ഉള്ള് പൊള്ളയായ ഒരു മുളം തണ്ടായിരിക്കുമ്പോൾ, ഒരു മുരളികയായിരിക്കുമ്പോൾ. അപ്പോൾ നിങ്ങൾ കേവലം ദൈവത്തെ നിങ്ങളിലൂടെ ഒഴുകിപ്പോകുവാൻ അനുവദിക്കുന്നു, നിങ്ങൾ തടസ്സമാകാതിരിക്കുന്നു - അത്രമാത്രം. നമ്മുടെ ഭാഗത്തു നിന്ന് ആവശ്യമായത് അത്രമാത്രമാണ്, തടസ്സമാകാതിരിക്കൽ, ഇടയ്ക്കു കയറി ഇടപെടാതിരിക്കൽ.

നമുക്ക് ദൈവത്തെ നമ്മളിലൂടെ കടന്നുപോകുവാൻ അനുവദിക്കുവാൻ കഴിയുമെങ്കിൽ, അപ്പോൾ ജീവിതം അത്രമാത്രം മനോഹരമായ ഒരു അനുഭവമാണ്; അതിനെ ഒന്നുകൂടി മെച്ചപ്പെടുത്തുവാൻ കഴിയുമെന്ന് ഒരുവന് ചിന്തിക്കുവാൻ കഴിയില്ല. അത്രയും മികച്ച ഒരു സുന്ദരാനുഭവം. അതിനെ അൽപ്പം കൂടി ആനന്ദകരമാക്കുവാനുള്ള എന്തെങ്കിലും ഒരു സാധ്യതയെക്കുറിച്ച് ഒരുവന് സ്വപ്നം കാണുവാൻ പോലുമാവില്ല. അതിനേക്കാൾ മികച്ചതായ വല്ലതിനെയും കുറിച്ച് സങ്കൽപ്പിക്കുക പോലും അസാധ്യമായിരിക്കും. നിങ്ങൾ വഴി തടഞ്ഞ് പ്രശ്നമുണ്ടാക്കാതിരിക്കുകയും ദൈവത്തെ കടന്നുപോകുവാൻ അനുവദിക്കുകയും ചെയ്യുക മാത്രം മതിയാകും.

## പ്രദോഷമനനം

നിങ്ങളുടെ സത്തയുടെ ആന്തരികാകാശത്തിലെ ഏറ്റവും തിളക്കമുള്ള നക്ഷത്രമത്രേ പ്രേമം. അതിനോട് താരതമ്യം ചെയ്താൽ ബാഹ്യമായ നക്ഷത്രങ്ങൾ ഒന്നുമല്ല. ബാഹ്യം മനോഹരമാണ്, എന്നാൽ ആന്തരികതയോട് താരതമ്യപ്പെടുത്തുമ്പോൾ അതൊന്നുമല്ല. ആന്തരികലോകത്തിലാകട്ടെ പ്രേമമാണ് ഏറ്റവും കൂടുതൽ തിളങ്ങുന്ന നക്ഷത്രം, ആ സൂര്യൻ! അത് നിങ്ങളുടെ ആന്തരിക ലോകത്തിന്റെ ആത്മാവുതന്നെയാകുന്നു, സ്രോതസ്സ് തന്നെയാകുന്നു. ഉള്ളിലേക്കു പോവുക, അത് കണ്ടെത്തുക. അങ്ങനെ അതു കണ്ടെത്തിക്കഴിയുമ്പോൾ അതു പങ്കുവെയ്ക്കുക, അതിനെ ആഘോഷിക്കുക.

## പ്രഭാതമനനം

നമുക്ക് ജന്മം നൽകിയതിലൂടെ അസ്തിത്വം നമ്മെ അംഗീകരിച്ചു കഴിഞ്ഞു. അന്ത്യവിധി ദിനം എന്ന ഒരു ചോദ്യമേയില്ല. ഞാൻ വിശ്വസിക്കുന്നത് ആദ്യവിധി ദിനത്തിലാണ് - അത് നേരത്തെ തന്നെ പാസായിക്കഴിഞ്ഞു. ദൈവം ലോകത്തെ സൃഷ്ടിക്കുവാൻ തീരുമാനിച്ച ദിവസം, അതായിരുന്നു വിധി ദിനം. അന്ന് അവൻ ഒരുപാട് ചിന്തിച്ചിട്ടുണ്ടായിരിക്കണം, ലോകത്തെ സൃഷ്ടിക്കണോ വേണ്ടയോ എന്ന കാര്യത്തെക്കുറിച്ച് ഒരുപാട് വേവലാതിപ്പെട്ടിട്ടുണ്ടായിരിക്കണം. എങ്കിലും അവൻ അത് സൃഷ്ടിക്കുവാൻ തീരുമാനിച്ചു. സൃഷ്ടിക്കുന്നതായിരിക്കും സൃഷ്ടിക്കാതിരിക്കുന്നതിനേക്കാൾ ഭേദമെന്ന് അവൻ തീരുമാനിച്ചു. ഒന്നുമില്ലാത്തതിനേക്കാൾ ഭേദം എന്തെങ്കിലും ഒന്ന് ഉണ്ടാകുന്നതാണവനിഷ്ടം.

അവൻ സൃഷ്ടിച്ചതെന്തായിരുന്നാലും അവനാണതിന് ഉത്തരവാദി. ഞാനോ നിങ്ങളോ ഉത്തരവാദിയല്ല, മറ്റാരുംതന്നെ ഉത്തരവാദിയല്ല. ആ ഉത്തരവാദിത്വം മുഴുവനും ദൈവത്തിന്റെ അല്ലെങ്കിൽ അസ്തിത്വത്തിന്റേതാണ്. നല്ലതെന്തെങ്കിലും ഉണ്ടെങ്കിൽ അത് അതിനുള്ളതാണ്, തിന്മയെന്തെങ്കിലും ഉണ്ടെങ്കിൽ അതും അതിനുള്ളതാണ്.

നമുക്ക് ആ അദ്ധ്യായം അടയ്ക്കാം, അതിനെക്കുറിച്ച് വ്യാകുലപ്പെടേണ്ട കാര്യമില്ല. ഒരു കാര്യം എനിക്ക് നിങ്ങളോട് പറയുവാൻ കഴിയും: ഒരുവൻ ധ്യാനത്തിലേക്ക് ആഴത്തിൽ പോകുന്തോറും എന്തെങ്കിലും ഭാവിവിധിയുടെ ചോദ്യം ഉദിക്കുന്നില്ല. അതിനെക്കുറിച്ച് വേവലാതിപ്പെടേണ്ട കാര്യം ഉദിക്കുന്നില്ല എന്നതവൻ തിരിച്ചറിയുന്നു. നിങ്ങൾ നിശ്ശബ്ദനായിത്തീരവേ ദൈവത്തിന്റെ സ്നേഹം നാനാഭാഗങ്ങളിൽ നിന്നും വർഷിച്ചു കൊണ്ടിരിക്കുന്നത്

നിങ്ങൾക്കനുഭവവേദ്യമായിത്തീരുന്നു. പൊടുന്നനെ നിങ്ങൾ പരിരക്ഷിക്കപ്പെടുന്നു, നിങ്ങൾ അവഗണിക്കപ്പെടുന്നില്ല എന്നതിനെക്കുറിച്ച് നിങ്ങൾ ബോധവാനായിത്തീരുന്നു. നിങ്ങൾ ആകസ്മികനല്ല, നിങ്ങൾ അസ്തിത്വത്തിന് അനിവാര്യമാണെന്ന തോന്നൽ നിങ്ങൾക്കുണ്ടാകുന്നു. ദൈവത്തിന് നിങ്ങളെ ആവശ്യമുണ്ടായിരുന്നു, അതുകൊണ്ടാണ് അവൻ നിങ്ങളെ സൃഷ്ടിച്ചത്.

# 2

## പ്രദോഷമനനം

ലാഘവമായി വർത്തിക്കുകയെന്നാൽ അർത്ഥമെന്താണെന്ന് നിങ്ങൾ മറന്നു പോവുകയാണെങ്കിൽ ഉല്ലാസവാനായി വർത്തിക്കുകയെന്നാൽ എന്തെന്നും നിങ്ങൾ മറന്നുപോകും, കാരണം അവ ഒരേ പ്രതിഭാസത്തിന്റെ രണ്ട് ഘടകങ്ങളാണ്. ലാഘവമായി വർത്തിക്കുക എന്നത് ഉല്ലാസം സംഭവിക്കുവാനുള്ള ഒരു അടിസ്ഥാനാവശ്യമാണ്. ഉല്ലാസം സംഭവിക്കുന്നത് ലാഘവപൂർണ്ണമായ മാനസികാവസ്ഥകളിൽ മാത്രമാണ്. ജീവിതത്തെ ഒരു പ്രശ്നമായി എടുക്കാതിരിക്കുക, അതൊരു പ്രശ്നമേ അല്ല. അത് ജീവിച്ചനുഭവിക്കണ്ടേ ഒരു നിഗൂഢതയാണ്, പരിഹരിക്കേണ്ടതല്ല – അഭിരമിക്കേണ്ടത്, ആടുകയും പാടുകയും ചെയ്യേണ്ടത്, പ്രേമിക്കപ്പെടേണ്ടത്, എന്നാൽ പരിഹരിക്കപ്പെടേണ്ടതല്ല. പരിഹരിക്കപ്പെടാനുള്ള, വെല്ലുവിളിയായ ഒരു ഊരാക്കുടുക്കല്ലത്. ഒരു കൊച്ചുകുഞ്ഞിനെപ്പോലെ, വിസ്മയത്തോടെ, ആദരവോടെ, പര്യവേക്ഷണം ചെയ്യുവാനുള്ള ഒരു വെല്ലുവിളിയാണത്. അതിനാൽ സന്തോഷവാനായിരിക്കുവാൻ പഠിക്കുക; കാര്യങ്ങളെ തമാശയായി എടുക്കുക, എല്ലാ കാര്യവും തമാശയായി എടുക്കേണ്ടതുണ്ട്, മരണത്തെപ്പോലും തമാശയായി എടുക്കണം.

## പ്രഭാതമനനം

ദൈവം നിങ്ങളുടെ ആന്തരികസ്വരമാകുന്നു. ഒരു പുരോഹിതന്റെയും ആവശ്യമില്ല, നിങ്ങളുടെ ജീവിതത്തെക്കുറിച്ച് ഒരാളിൽ നിന്നുമുള്ള യാതൊരു നിർദ്ദേശങ്ങളുടെയും ആവശ്യമില്ല. എന്നാൽ ഒരു കാര്യം ചെയ്യേണ്ടതുണ്ട്, ഉള്ളിലെ ആ കൊച്ചു നിതാന്തനിസ്വനം കേൾക്കുവാനായി നിങ്ങളുടെ ആന്തരികതയിലേക്ക് നീങ്ങേണ്ടതുണ്ട്. ഒരിക്കൽ കേട്ടു കഴിഞ്ഞാൽ, അതെങ്ങനെ കേൾക്കാനാകുമെന്ന് ഒരിക്കലറിഞ്ഞു കഴിഞ്ഞാൽ നിങ്ങളുടെ ജീവിതമാകെ പരിവർത്തിക്കപ്പെടുന്നു. അപ്പോൾ നിങ്ങൾ എന്തുചെയ്താലും അത് ശരിയായിരിക്കും.

സോക്രട്ടീസ് പറയുന്നു, അറിവ് പുണ്യമാണ്. ഈ അറിവ് എന്ന പദം കൊണ്ട് അദ്ദേഹം ഉദ്ദേശിക്കുന്നത് പാണ്ഡിത്യത്തെയല്ല. അറിവ് എന്ന പദം കൊണ്ട് അദ്ദേഹം ഉദ്ദേശിക്കുന്നത് ജന്മസിദ്ധമായ ഉൾക്കാഴ്ച, അറിയൽ എന്നാണ്. അദ്ദേഹത്തിന്റെ ഈ പ്രസ്താവം അതിമഹത്തായ സാംഗത്യമുള്ളതാണ്. ഉൾപ്രേരിതമായ അറിയൽ പുണ്യമാകുന്നു. എന്താണ് പുണ്യമെന്നും എന്താണ് പാപമെന്നും അദ്ദേഹം പറയുന്നില്ല. ഉൾപ്രേരിതമായ അറിയൽ പുണ്യമാകുന്നു, കാരണം ഉൾപ്രേരിതമായി അറിയുന്നവൻ, സ്വന്തം ആന്തരികമായ അകക്കാമ്പിനെ കേൾക്കാൻ കഴിയുന്നവൻ, പുണ്യവാനായിരിക്കാതെ തരമില്ല, അവന് മറിച്ചാകുവാൻ സാധ്യമല്ല. അതനിവാര്യമാണ്. ഒരിക്കൽ ആ സ്വരം കേട്ടു കഴിഞ്ഞാൽ നിങ്ങൾക്കതിനെതിരെ സഞ്ചരിക്കുവാനാവില്ല. കാരണം ആരും അത്രയും വിഡ്ഢിയാവില്ല, അത് ചിന്തിക്കാവുന്നതല്ല.

ഞാൻ നിങ്ങൾക്ക് ഒരു ചിട്ടയും നൽകുന്നില്ല, നിങ്ങളുടെ സ്വന്തം കേന്ദ്രത്തെ ശ്രവിക്കുവാനും അതിനുശേഷം നിങ്ങളുടെ സ്വന്തം ഹൃദയത്തെ അനുഗമിക്കുവാനും നിങ്ങളെ സഹായിക്കുകയാണ് എനിക്കു ചെയ്യുവാനുള്ളത്. അതിനു നിങ്ങൾക്ക് സാധിക്കുകയാണെങ്കിൽ അതു പുണ്യമായിരിക്കും, അതാണ് യഥാർത്ഥമായ സ്വഭാവഗുണം, യഥാർത്ഥമായ സദാചാരം. എന്നാൽ അതു വരുന്നത് നിങ്ങളുടെ ആന്തരികമായ അകക്കാമ്പിൽ നിന്നാണ്. അത് പുറമേ നിന്ന് അടിച്ചേൽപ്പിക്കുന്ന യാതൊന്നുമേയല്ല.

## പ്രദോഷമനനം

ആരും അപൂർണ്ണനല്ല; അതിനാൽ ആരും പൂർണ്ണനാകേണ്ട ആവശ്യവുമില്ല. നിങ്ങളുടെ ജീവിതം സമ്പൂർണ്ണമായി ജീവിക്കുക, ആകെക്കൂടി അതു മാത്രമേ ആവശ്യമുള്ളൂ. പൂർണ്ണത ഇപ്പോൾത്തന്നെ അവിടെയുണ്ട്. നാം വന്നെത്തിയിരിക്കുന്നത് പൂർണ്ണതയിൽ നിന്നാണ്; അതിനാൽ നമുക്ക് അപൂർണ്ണരാവുക സാധ്യമല്ല. നാം ജന്മമെടുത്തിരിക്കുന്നത് ആ പരമമായതിൽ നിന്നാണ്, ദൈവമാകുന്ന സമുദ്രത്തിലെ തിരമാലകളാണു നാം. അതുകൊണ്ട് ദൈവത്തിന്റെ ഗുണവിശേഷങ്ങൾ എന്തൊക്കെയാണോ അതാണ് തിരമാലകളുടെയും ഗുണവിശേഷം. ദൈവം പരിപൂർണ്ണനാണെങ്കിൽ നമ്മളും പരിപൂർണ്ണനാണ്. അതുകൊണ്ട് പരിപൂർണ്ണനായിത്തീരുക എന്ന ആശയം തന്നെ അസംബന്ധമാണ്. പരിപൂർണ്ണനായിത്തീരേണ്ട ആവശ്യമേ ഇല്ല. എല്ലാവരും ഇപ്പോൾ തന്നെ പരിപൂർണ്ണരാണ്. എന്നാൽ നാം ആ പരിപൂർണ്ണതയിൽ അതിന്റെ സമ്പൂർണ്ണതയിലല്ല ജീവിക്കുന്നത്, നാം അതിന്റെ ഏറ്റവും കുറഞ്ഞ അവസ്ഥയിൽ മാത്രമാണ് ജീവിക്കുന്നത്. നമ്മുടെ സാധ്യതാശേഷിയെ നാം പ്രയോജനപ്പെടുത്തുന്നില്ല. അതിന്റെ ചെറിയൊരംശം മാത്രമേ നാം ഉപയോഗപ്പെടുത്തുന്നുള്ളൂ - ശാസ്ത്രജ്ഞന്മാർ പറയുന്നത്, അത് ഏഴു ശതമാനത്തിൽ കൂടുന്നില്ല എന്നാണ്. അവശേഷിക്കുന്ന തൊണ്ണൂറ്റിമൂന്ന് ശതമാനവും വെറുതെ നഷ്ടമാവുകയാണ്. എന്നാൽ നമുക്ക് ഉപയോഗപ്പെടുത്തുവാൻ പര്യാപ്തമായ വിധത്തിൽ അത് നേരത്തെ അവിടെ ഉണ്ടായിരുന്നു. നിങ്ങൾ നൂറുശതമാനത്തിൽ ജീവിക്കുമ്പോൾ ദൈവം നിങ്ങൾക്ക് നൽകിയ ആ മഹത്തായ അവസരം നിങ്ങൾ യഥാർത്ഥമായും ഉപയോഗിക്കുകയാണ്. ആ നൂറുശതമാനത്തിൽ മാത്രമേ

പരിവർത്തനം സംഭവിക്കുകയുള്ളൂ, ഒരിക്കലും അതിനുമുമ്പ് അതുണ്ടാവുകയില്ല.

അതിനാൽ ഇവിടെ എന്റെ ശ്രമം നിങ്ങളെ സാദ്ധ്യമായത്രയും തീവ്രതയോടെ ജീവിതത്തെ സ്നേഹിക്കുന്നവരാക്കിത്തീർക്കുവാനാണ്, ഓരോ നിമിഷവും എത്രമാത്രം സാധ്യമാണോ അത്രയും സമ്പൂർണ്ണമായി ജീവിക്കുക. അങ്ങനെ പതുക്കെപ്പതുക്കെ നിങ്ങളിൽ ചിലത് ചുരുളഴിഞ്ഞുവരാൻ തുടങ്ങുന്നു, നിങ്ങൾ നിങ്ങളെത്തന്നെ കണ്ടെത്തുവാൻ തുടങ്ങുന്നു. നിങ്ങൾ നിങ്ങൾക്കുതന്നെ എത്രകണ്ട് വെല്ലുവിളികൾ നൽകുന്നുവോ, അത്രകണ്ട് നിങ്ങളതു കണ്ടെത്തുകയും ചെയ്യുന്നു.

## പ്രഭാതമനനം

മനുഷ്യൻ ജീവിക്കുന്നത് ആത്മാവിന്റെ ഒരു ഇരുണ്ട രാത്രിയിലാണ്. പ്രഭാതം ബാഹ്യത്തിൽ സംഭവിക്കുന്നുവെങ്കിലും അപൂർവ്വമായി മാത്രമേ ആന്തരികത്തിലത് സംഭവിക്കുന്നുള്ളൂ. ആന്തരികത്തിലത് സംഭവിക്കുന്ന നിമിഷം നിങ്ങൾ ഒരു ക്രിസ്തുവാകുന്നു, ഒരു ബുദ്ധനാകുന്നു. ജീവിതം ആകെത്തന്നെ വാസ്തവത്തിൽ ആ ആന്തരികപ്രഭാതം സാക്ഷാത്കരിക്കുവാനുള്ള ഒരു അവസരമാണ്. ആന്തരികസൂര്യൻ ഉദിച്ചുയരേണ്ടതുണ്ട്. അതിനുദിച്ചുയരുവാൻ സാധിക്കുകയും ചെയ്യും. അത് നമ്മെ കാത്തിരിക്കുകയാണ്. നമ്മുടെ ഭാഗത്തുനിന്ന് വെറുമൊരു സൂചന മാത്രമേ വേണ്ടൂ, അതുയരാൻ തുടങ്ങുന്നു. ''ഞാൻ സ്വീകരിക്കുവാൻ സന്നദ്ധനാണ്'' എന്നുള്ള ചെറിയൊരു സൂചന മാത്രം. ''നിങ്ങൾക്ക് സ്വാഗതം'' എന്നൊരു സൂചന, അപ്പോൾ ആ ദിവ്യാത്ഭുതം സംഭവിച്ചു തുടങ്ങുന്നു.

ധിഷണാശാലിയായ വ്യക്തി തന്റെ ആന്തരികസത്തയിൽ നിന്നാണ് അന്വേഷണം ആരംഭിക്കുക - അതായിരിക്കും അവന്റെ ആദ്യപര്യവേക്ഷണം. കാരണം എന്റെ ഉള്ളിൽ എന്താണെന്നറിയാത്തിടത്തോളം ഈ ലോകമാസകലം ഞാൻ എങ്ങനെ അന്വേഷിച്ചു പോകും? ഈ ലോകം അത്രയും വിശാലമാണ്.

അങ്ങനെ ഉള്ളിലേക്ക് നോക്കിപ്പോയവർ ഉടനടി, പെട്ടെന്നുതന്നെ അത് കണ്ടെത്തിയിട്ടുമുണ്ട്. അത് ക്രമികമായൊരു പുരോഗതിയുടെ പ്രശ്നമല്ല, അത് പെട്ടെന്നുണ്ടാകുന്ന ഒരു പ്രതിഭാസമാണ്, പെട്ടെന്നുള്ള ഒരു ബോധോദയം.

## പ്രദോഷമനനം

നിങ്ങൾ ഈ ലോകത്തിൽ ജീവിക്കണം. എന്നാൽ ലോകത്തെ ഒരു വലിയ നാടകമായി കരുതുകയും വേണം. ലോകത്തെ ത്യജിക്കുന്നതിന് ഞാൻ എതിരാണ്. നിങ്ങൾ ലോകത്തിൽ നിന്ന് ഒളിച്ചോടരുത്, അതിൽ തന്നെ ജീവിക്കണം, എന്നാൽ അത് തികച്ചും വ്യത്യസ്തമായ ഒരു രീതിയിൽ ആയിരിക്കണം. അതിനെ ഗൗരവമായി എടുക്കരുത്, അതിനെ ഒരു ഹൃദയ ലാഘവത്തോടെ എടുക്കുക, അതിനെ ഒരു പ്രാപഞ്ചിക ഫലിതമായെടുക്കുക. അത് ഒരു പ്രാപഞ്ചിക ഫലിതമാണ്. പൗരസ്ത്യനാട്ടിൽ നമ്മളതിനെ ദൈവത്തിന്റെ നാടകം എന്നു വിളിക്കുന്നു. അത് ദൈവത്തിന്റെ നാടകമാണെങ്കിൽ നമ്മൾ കേവലം നടീനടന്മാർ മാത്രമാണ്, നാടകാഭിനയത്തെ ആരും ഗൗരവമായി എടുക്കാറില്ല.

ഒരു നാടകത്തിൽ നിങ്ങൾക്കൊരു രാജാവാകുവാനാകും, എന്നാൽ നിങ്ങളത് ഗൗരവമായി എടുക്കുന്നില്ല. തിരശ്ശീല വീഴുമ്പോൾ രാജാവായിരുന്ന കാര്യം നിങ്ങൾ മറക്കുന്നു; അത് നിങ്ങളുടെ തലയ്ക്ക് പിടിക്കുന്നില്ല.

നിങ്ങൾ ധനികനാണെങ്കിൽ, അത് നിങ്ങളുടെ തലയ്ക്ക് പിടിക്കുവാൻ അനുവദിക്കാതിരിക്കുക; അല്ലെങ്കിൽ നിങ്ങൾ ദരിദ്രനാണെങ്കിൽ അതും ഗൗരവമായി എടുക്കാതിരിക്കുക. നമ്മളെല്ലാം ഓരോ വേഷങ്ങൾ അഭിനയിക്കുകയാണ്; അതു കഴിയുന്നത്ര മനോഹരമായി അഭിനയിക്കുക. എന്നാൽ നിരന്തരം ഓർമ്മിച്ചു കൊണ്ടിരിക്കുക: അതെല്ലാം ഒരു വിനോദമാണ്. അങ്ങനെ മരണം വന്നെത്തുമ്പോൾ ആ അവസാനത്തെ തിരശ്ശീലയും വീഴുന്നു. അപ്പോൾ എല്ലാ നടീനടന്മാരും അപ്രത്യക്ഷരാകുന്നു. അവരെല്ലാം ആ ഒരൊറ്റ പ്രാപഞ്ചികോർജ്ജത്തിലേക്ക്

അപ്രത്യക്ഷമാകുന്നു. ഇതു സ്മരിച്ചു കൊണ്ട് ഈ ലോകത്തിൽ ജീവിക്കുവാൻ ഒരുവന് കഴിയുമെങ്കിൽ, അവൻ എല്ലാ ദുഃഖത്തിൽ നിന്നും തികച്ചും സ്വതന്ത്രനായിരിക്കും. കാര്യങ്ങളെ ഗൗരവമായി എടുക്കുന്നതിന്റെ ഒരു ഉപോൽപ്പന്നമാണ് ദുഃഖം, ആനന്ദമാകട്ടെ കാര്യങ്ങളെ ലാഘവത്തോടെ എടുക്കുന്നതിന്റെ ഉപോൽപ്പന്നവും. ജീവിതത്തെ തമാശയായി എടുക്കുക; അതിൽ ആഹ്ലാദം കൊള്ളുക.

## പ്രഭാതമനനം

നിങ്ങൾ തുറന്നിരിക്കുന്ന നിമിഷം ഉടനടി ആ സംഗമം നടക്കുന്നു. ദൈവം എപ്പോഴും തുറന്നിരിക്കുന്നു, പ്രശ്നം നമ്മുടേതാണ്, നാം അടഞ്ഞിരിക്കുന്നു. സൂര്യൻ ഉയർന്നു കഴിഞ്ഞു. എന്നാൽ നാം കണ്ണടച്ചിരിപ്പാണ്- പാവം സൂര്യനെന്തു ചെയ്യുവാൻ കഴിയും? പ്രകാശം വർഷിക്കപ്പെട്ടു കൊണ്ടിരിക്കുന്നു, പക്ഷേ നാം അന്ധകാരത്തിലാണ് ജീവിക്കുന്നത്. കണ്ണുകൾ തുറക്കുന്നതെത്രയും എളുപ്പവുമാണ്. നിങ്ങൾ കണ്ണുതുറക്കുന്ന നിമിഷം എല്ലാ അന്ധകാരവും അപ്രത്യക്ഷമാവും.

ആന്തരികലോകത്തെ സംബന്ധിച്ചും ഈ കാര്യം ശരി തന്നെ: ദൈവം എപ്പോഴും സന്നിഹിതനാണ്, തുറന്ന്, ലഭ്യതയോടെ, നിങ്ങളെ പ്രേമത്താൽ, ആനന്ദത്താൽ നിറക്കുവാൻ സന്നദ്ധനായിക്കൊണ്ട്; നിങ്ങളെ അനുഗ്രഹിക്കുവാൻ തയ്യാറായിക്കൊണ്ട് അവൻ എപ്പോഴും സന്നിഹിതനാണ്, എന്നാൽ നിങ്ങൾ അടഞ്ഞിരിക്കുന്നു. നമ്മൾ സ്വീകരിക്കുവാൻ തയ്യാറല്ല, നാം ഒരു കൊച്ചുമുറിയിൽ ജാലകങ്ങളും വാതിലുകളുമൊന്നുമില്ലാതെ അടഞ്ഞുകൂടി ജീവിക്കുന്നു. നാം വിചാരിക്കുന്നത് ഇതാണ് കൂടുതൽ സുരക്ഷിതവും സംരക്ഷിതവുമെന്നാണ്. എന്നാൽ ഇത് സുരക്ഷിതത്വമോ സംരക്ഷണമോ അല്ല, ഇത് മരണമാണ്. ഇതൊരു ശ്മശാന ജീവിതമാണ്.

എന്റെ അഭിപ്രായത്തിൽ, ലാസറസ്സ് ജീവിതത്തിലേക്ക് തിരിച്ചു വന്ന കഥയുടെ അർത്ഥമിതാണ്. എന്നെ സംബന്ധിച്ച് അതൊരു അലങ്കാരഭാഷയാണ്: ഒരു നീതികഥ, ഒരു കവിത.

ലാസറസ്സ് മരിച്ചു, യേശു അവനെ ജീവിതത്തിലേക്ക് തിരിച്ചു വിളിക്കുന്നു - അതു തന്നെയാണ്

എല്ലാ യുഗങ്ങളിലെയും എല്ലാ ഗുരുക്കന്മാരുടെയും പ്രവർത്തനം. നിങ്ങൾ തുറക്കപ്പെട്ട് കഴിയുമ്പോൾ, ആ തുറക്കലിന്റെ ആഹ്ലാദം അതിഗംഭീരമാണ്, ഒരു ഇരുണ്ട കൊച്ചു മുറിയിൽ ജീവിച്ചിരിക്കുന്നതിന്റെ ദുഃഖവുമായി അതിനെ നിങ്ങൾക്ക് താരതമ്യം ചെയ്യാം. ഇപ്പോൾ ആകാശം മുഴുവനും നിങ്ങളുടേ താണ്, നക്ഷത്രങ്ങളെല്ലാം നിങ്ങളുടേതാണ്, എല്ലാ നിഗൂഢ വിസ്മയങ്ങളും നിങ്ങളുടേതാണ്.

ഗുരു കേവലം ദൈവത്തിന്റെ ഒരു ഉപകരണം മാത്രം, ഒരു വാഹനം മാത്രം. ദൈവത്തിന് നിങ്ങളോട് നേരിട്ട് സംസാരിക്കുവാനാവില്ല, ഏതെങ്കിലും ഒരുവനിലൂടെ വേണം അവനു വന്നു ചേരുവാൻ. ഒരിക്കലൊരു ഗുരു നിങ്ങളെ വിളിക്കുന്നത് നിങ്ങൾ കേൾക്കുകയും നിങ്ങളുടെ ജാലകങ്ങളെല്ലാം തുറന്നിടുവാൻ തക്കവണ്ണം അദ്ദേഹത്തിൽ നിങ്ങൾക്ക് വിശ്വസ്തതയുണ്ടാവുകയും ചെയ്തു കഴിഞ്ഞാൽ പിന്നെ ഗുരുവിന്റെ പ്രവർത്തനം അവസാനിച്ചു. പിന്നീടദ്ദേഹം ജാലകത്തിലൂടെ പുറത്തേക്ക് പറന്നു പോകും, അതിനുശേഷം പിന്നീടൊരിക്കലും നിങ്ങൾക്ക് ആ ഇരുണ്ട മുറിയിൽ കുടിയിരിക്കുവാൻ കഴിയുകയില്ല.

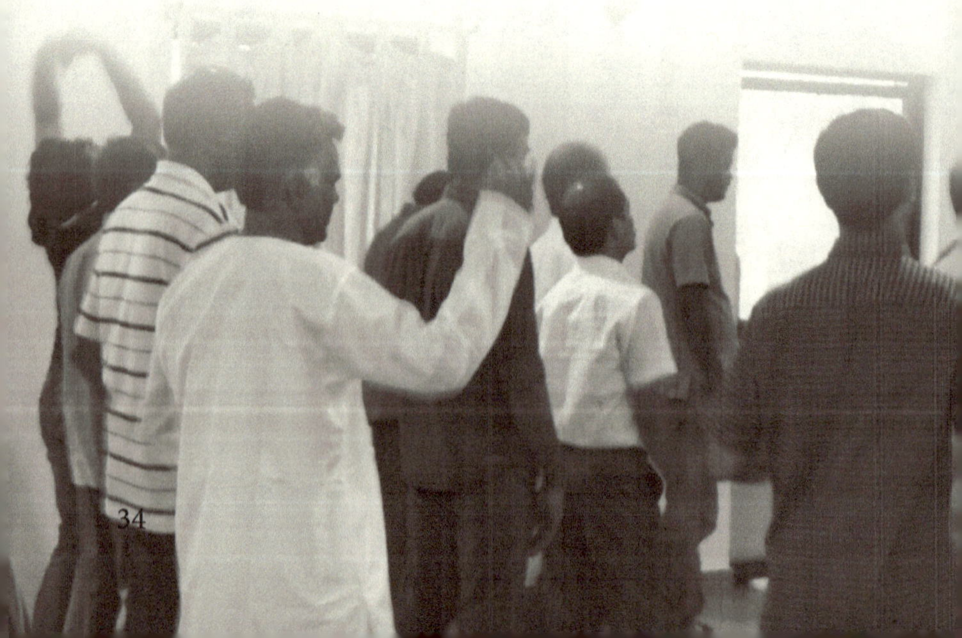

# 5

## പ്രദോഷമനനം

മതത്തിനുനേരെ തികച്ചും പുത്തനായ ഒരു സമീപനമാണ് ഞാൻ നിർദ്ദേശിക്കുന്നത്. മതം ജീവിതാഭിമുഖ്യമുള്ളതായിരിക്കണം. അത് നിങ്ങളുടെ ജീവിതത്തെ ശക്തമാക്കണം, ജിവിതത്തെ കൂടുതൽ സുന്ദരമാക്കുവാനതിനു കഴിയണം; അത് ക്രിയാത്മകമായിരിക്കണം, പലായനപരമായിരിക്കരുത്. അത് നിങ്ങളുടെ ഇന്ദ്രിയങ്ങളെ മന്ദീഭവിപ്പിക്കരുത്, മറിച്ച വയെ കൂടുതൽ സംവേദകമാക്കണം.

എന്നെ സംബന്ധിച്ച് ജീവിതം തന്നെയല്ലാതെ മറ്റൊരു ദൈവമില്ല, അസ്തിത്വം തന്നെയല്ലാതെ മറ്റൊരു ക്ഷേത്രവുമില്ല. അപ്പോൾ എല്ലാം ദൈവികമായൊരു ആഘോഷമായിത്തീരുന്നു. എല്ലാം എന്നു ഞാൻ പറയുമ്പോൾ ഞാനുദ്ദേശിക്കുന്നത് എല്ലാറ്റിനെയുമാണ്: ജീവിതം ആഘോഷമാണ്, മരണം ആഘോഷമാണ്; സംഗമം ആഘോഷമാണ്, വേർപാടും ആഘോഷമാണ്; ശൈശവം ആഘോഷമാണ്, യുവത്വം ആഘോഷമാണ്, വാർദ്ധക്യവും ആഘോഷമാണ് - വിവിധതരത്തിലുള്ള ആഘോഷങ്ങൾ.

എല്ലാം ആഘോഷിക്കുവാൻ തുടങ്ങുമ്പോൾ നിങ്ങൾളൊരു യഥാർത്ഥ ആരാധകനായി തുടരുന്നു. കൂടാതെ നിങ്ങളൊന്നിലും വിശ്വസിക്കേണ്ട ആവശ്യവുമില്ല; അമ്പലത്തിലോ പള്ളിയിലോ പോകേണ്ട ആവശ്യമില്ല. നിങ്ങളെവിടെ ആയിരുന്നാലും എന്തു ചെയ്തുകൊണ്ടിരുന്നാലും അത് നിങ്ങളുടെ പ്രാർത്ഥനയായിത്തീരുന്നു, നിങ്ങളുടെ ധ്യാനമായിത്തീരുന്നു, നിങ്ങളുടെ സാധന, നിങ്ങളുടെ ശിക്ഷണം.

### പ്രഭാതമനനം

ഞാൻ മറ്റൊരു ലോകത്തെ അന്വേഷിക്കുന്നില്ല, മരണത്തിനപ്പുറമുള്ള ഒരു ലോകത്തെ. എന്റെ പരിശ്രമം ഈ നിമിഷത്തെ ഇവിടെ ഇപ്പോൾ തന്നെ ഒരു പറുദീസയാക്കി പരിവർത്തിപ്പിക്കലാണ്. ഞാൻ ഒന്നും നീട്ടിവെക്കുന്നതിനെ അനുകൂലിക്കുന്നില്ല. ''നിങ്ങൾ പുണ്യവാനായിരുന്നാൽ, മരണാനന്തരം നിങ്ങൾക്ക് പ്രതിഫലം ലഭിക്കും'' എന്നു പറഞ്ഞു കൊണ്ടേയിരിക്കുന്ന ആളുകളെല്ലാം വഞ്ചകന്മാരായിരുന്നു. കാരണം മരണശേഷം എന്തു സംഭവിക്കുമെന്ന് ആരറിയുന്നു. നമ്മോടത് പറഞ്ഞുതരാൻ ആരും തിരിച്ചുവരുന്നില്ല. നമ്മോട് ഇങ്ങനെ പറഞ്ഞുകൊണ്ടിരിക്കുന്ന ഈ ആളുകൾ യാതൊന്നും അറിഞ്ഞിട്ടില്ല. അവർ കേവലം തത്തകളെപ്പോലെ ആരോ പറയുന്നത് ആവർത്തിച്ചു കൊണ്ടിരിക്കുകയാണ്

ഞാൻ പറയുന്നു, ഒന്നും ഒരിക്കലും നീട്ടിവെക്കരുത്. നീട്ടിവെക്കൽ മനസ്സിന്റെ ഒരു സൂക്ഷ്മമമായ വേലയാണ്. തന്നിമിഷത്തെ അതിന്റെ സമ്പൂർണ്ണതയിൽ ജീവിക്കുക. എപ്പോഴും ഓർത്തുകൊണ്ടിരിക്കുക, നിങ്ങൾക്ക് ലഭിച്ചിട്ടുള്ള ഒരേയൊരു നിമിഷമാണിത്, ഇതിനുപകരം മറ്റൊരു നിമിഷമില്ല, അങ്ങനെ ഒരു പരലോകമില്ല. ഈ ലോകം തന്നെ ദൈവം, മറ്റൊരു ദൈവമില്ല.

ഈ ദർശനം നിങ്ങളിൽ അടിയുറയ്ക്കുമ്പോൾ അതു നിങ്ങളുടെ ജീവിതമാകെ പരിവർത്തിപ്പിക്കുന്നു. അപ്പോൾ കൊച്ചു കാര്യങ്ങൾ അതിമനോഹരമാകുന്നു. നിത്യസാധാരണം പവിത്രമാകുന്നു, അപ്പോൾ സാധാരണം പൊടുന്നനെ അസാധാരണമായിത്തീരുന്നു.

## പ്രദോഷമനനം

പ്രേമമാണ് ജീവിതത്തിലെ ഏറ്റവും വലിയ സ്വാന്തനശക്തി, മുറിവുണക്കുന്ന ശക്തി. പ്രേമത്തേക്കാളാഴത്തിൽ യാതൊന്നും പോകുന്നില്ല; അത് ശരീരത്തെ മാത്രമല്ല, മനസ്സിനെ മാത്രമല്ല, ആത്മാവിനെയും മുറിവുണക്കുന്നു. ഒരാൾക്ക് പ്രേമിക്കുവാൻ കഴിയുമെങ്കിൽ അയാളുടെ മുറിവുകളെല്ലാം അപ്രത്യക്ഷമാകുന്നു. അപ്പോൾ ഒരുവൻ സമ്പൂർണ്ണനായിത്തീരുന്നു - സമ്പൂർണ്ണനായിരിക്കൽ (whole) തന്നെയാണ് വിശുദ്ധനായിരിക്കൽ (holy).

ഒരുവൻ സമ്പൂർണ്ണനല്ലെങ്കിൽ അയാൾ വിശുദ്ധനല്ല. ഭൗതികമായ ആരോഗ്യം ഉപരിതലസ്പർശിയായ ഒരു പ്രതിഭാസമാണ്. ഔഷധത്തിലൂടെ അത് സംഭവിക്കാം, ശാസ്ത്രത്തിലൂടെ അത് സംഭവിക്കാം. എന്നാൽ ഒരുവന്റെ സത്തയുടെ ആന്തരികമായ അകക്കാമ്പ് ആരോഗ്യപൂർണ്ണമാക്കുന്നത് പ്രേമത്തിലൂടെ മാത്രമാണ്. പ്രേമത്തിന്റെ രഹസ്യം അറിയുന്നവർ ജീവിതത്തിന്റെ ഏറ്റവും മഹത്തായ രഹസ്യം അറിയുന്നു. അപ്പോൾ അവരെ സംബന്ധിച്ച് ഒരു ദുഃഖവുമില്ല, ഒരു വാർദ്ധക്യവുമില്ല, ഒരു മരണവുമില്ല.

തീർച്ചയായും ശരീരം വാർദ്ധക്യം പ്രാപിക്കുകയും മരിക്കുകയും ചെയ്യും. എന്നാൽ നിങ്ങൾ ശരീരമല്ല, പരിശുദ്ധമായ അവബോധമാണെന്ന സത്യം പ്രേമം നിങ്ങൾക്ക് വെളിപ്പെടുത്തിത്തരുന്നു. നിങ്ങൾക്ക് ജനനമില്ല, നിങ്ങൾക്ക് മരണമില്ല. ആ പരിശുദ്ധമായ അവബോധത്തിൽ ജീവിക്കുക എന്നുവെച്ചാൽ അസ്തിത്വത്തോട് പൊരുത്തപ്പെട്ട് സ്വരച്ചേർച്ചയിൽ ജീവിക്കലാകുന്നു. പരമാനന്ദം അസ്തിത്വവുമായി സ്വരച്ചേർച്ചയിൽ ജീവിക്കുന്നതിന്റെ ഒരു ഉപോൽപ്പന്നമാകുന്നു.

## പ്രഭാതമനനം

തന്റെ പ്രാഥമികശക്തികളെക്കൊണ്ട് എന്തു ചെയ്യ ണമെന്നറിയാവുന്ന മനുഷ്യൻ തനി സ്വർണ്ണമായിത്തീ രുന്നു; അയാളുടെ ജീവിതം യഥാർത്ഥത്തിൽ അമൂല്യ മായിത്തീരുന്നു. ഓരോ നിമിഷവും മുൻകൂട്ടി കാണാനാകാത്തവിധം മൂല്യവത്താകുന്നു, ഓരോ നിമിഷവും എങ്ങനെ നന്ദി പറയണമെന്ന് അറിയാ ത്തവിധത്തിലുള്ള ഒരു വരദാനമാകുന്നു. ദൈവത്തോട് നമുക്കുള്ള കൃതജ്ഞത അറിയിക്കുവാൻ യാതൊരു മാർഗ്ഗവുമില്ല. അവന്റെ വരദാനം, നാം വാസ്തവത്തിൽ അർഹിക്കാത്തവിധം അത്രയും ബൃഹത്തായ അനു പാതങ്ങളിലുള്ളതാണ്. അവൻ അവന്റെ സമൃദ്ധിയിൽ നിന്നാണ് അത് നൽകിയിട്ടുള്ളത്.

ഈ സ്വരമാധുരി അറിയുമ്പോൾ, ഈ സ്വരമാ ധുരി അനുഭവിക്കുമ്പോൾ, ഒരുവൻ ആനന്ദഭരിത നായിത്തീരുന്നു. ഈ പരമാനന്ദത്തിൽ നിന്ന് അസ്തി ത്വത്തിനുനേരെ ഒരു കൃതജ്ഞത ഉയർന്നുവരുന്നു. ആ കൃതജ്ഞതയത്രേ പ്രാർത്ഥന.

## പ്രദോഷമനനം

ഞാൻ ദൈവത്തിൽ, സ്വർഗ്ഗത്തിൽ അത്ര തൽപ്പരനല്ല. എന്നാൽ ഞാൻ പ്രേമത്തിൽ അത്യധികം തൽപ്പരനാണ്. കാരണം പ്രേമമെന്തെന്നറിയാവുന്ന വ്യക്തി ദൈവമെന്തെന്നറിയാതിരിക്കുവാൻ തരമില്ല. പക്ഷെ ഇത് നേരെമറിച്ചു പറഞ്ഞാൽ ശരിയല്ല. ഒരുവൻ ദൈവത്തിൽ വിശ്വസിച്ചുകൊണ്ടേയിരിക്കുന്നുണ്ടാവാം. എന്നാൽ അയാൾ പ്രേമമെന്തെന്ന് അറിയാനിട വരികയില്ല. വാസ്തവത്തിൽ ദൈവവിശ്വാസികളായിട്ടുള്ളവരാണ് ഈ ഭൂമുഖത്ത് ഇത്രയധികം വിദ്വേഷങ്ങൾ സൃഷ്ടിച്ചിട്ടുള്ളത്.... മറ്റാരും ഇത്ര മാത്രം ദൂഷ്യങ്ങൾ ചെയ്തിട്ടില്ല. ക്രിസ്ത്യാനികൾ, മുഹമ്മദീയർ, ഹിന്ദുക്കൾ, ഇവരെല്ലാം ഒരു മഹാ ഗൂഢാലോചനയിൽ പങ്കാളികളാണ്. അവർ ദൈവത്തെക്കുറിച്ചും പ്രേമത്തെക്കുറിച്ചും സമാധാനത്തെക്കുറിച്ചുമെല്ലാം സംസാരിക്കുന്നു. എന്നാൽ അവർ ചെയ്യുന്നതെല്ലാം രക്തച്ചൊരിച്ചിൽ ഉണ്ടാക്കലല്ലാതെ മറ്റൊന്നുമല്ല. നൂറ്റാണ്ടുകളായി അതുതന്നെ നടന്നുകൊണ്ടിരിക്കുന്നു. വാസ്തവം പറഞ്ഞാൽ നിങ്ങളുടെ പുണ്യവാളന്മാർ എന്നു വിളിക്കപ്പെടുന്നവർ ചെയ്തിട്ടുള്ളത്രയും പാപം ഒരു പാപിയും ചെയ്തിട്ടില്ല. അവരത് ചെയ്യുന്നത് നേരിട്ടായിരിക്കണമെന്നില്ല, എന്നാൽ ആളുകളെക്കൊണ്ടത് ചെയ്യിക്കുവാൻ അവർ പ്രകോപിപ്പിക്കുകയാണ്.

മനുഷ്യർ അല്പം കൂടി ജാഗരൂകരും ബോധവാന്മാരുമായിത്തീരുമ്പോൾ ഈ കാര്യമത്രയും തീർത്തും അർത്ഥരഹിതമായി തോന്നും, അത്രയും കിരാതവും മണ്ടത്തരവുമായി തോന്നും, ഇതെല്ലാം ചെയ്തുകൂട്ടിയിട്ടുള്ളത് മതത്തിന്റെ പേരിൽലാണുതാനും.

അതിനാൽ എന്റെ ഊന്നൽ പ്രേമത്തിന്മേലാണ്. കാരണം അതു സംഭവിക്കുകയാണെങ്കിൽ അതിനു

പിന്നാലെ മറ്റെല്ലാം സംഭവിച്ചു കൊള്ളും. ആ കാര്യത്തിൽ ഒരു സംശയവുമില്ല. പ്രേമപൂർണ്ണനായ ഒരു വ്യക്തിയ്ക്ക് ദൈവത്തെ മുഖാമുഖം കാണുന്നത് അധികകാലം ഒഴിവാക്കാനാവില്ല. അവനതിൽ നിന്ന് പലായനം ചെയ്യണമെന്നുണ്ടെങ്കിൽ പോലും അവനത് കഴിയില്ല; അവൻ ദൈവത്തെ കണ്ടെത്തുക തന്നെ ചെയ്യും. അങ്ങനെയാവാതെ തരമില്ല, അതനിവാര്യമാണ്.

## പ്രഭാതമനനം

പ്രാർത്ഥനയ്ക്ക് വാക്കുകളുടെ ആവശ്യമില്ല. ദൈവത്തോട് പറയുവാൻ എന്താണുള്ളത്? അവ നത് നേരത്തെ അറിയാം. എന്താണ് ചോദിക്കുവാനു ള്ളത്? അവനത് നേരത്തെ നൽകിയിരിക്കുന്നു. ഇനി എന്തെങ്കിലും നൽകാത്തതായി ഉണ്ടെങ്കിൽ, അതിന ത് ആവശ്യമില്ലെന്നേ അർത്ഥമുള്ളൂ. അവൻ നിങ്ങളേ ക്കാൾ ബുദ്ധിമാനാണ്, എന്നാൽ ആളുകൾ അവനെ ഉപദേശിച്ചുകൊണ്ടിരിക്കുന്നു: ''ഇത് ചെയ്യുക, അത് ചെയ്യുക, എനിക്ക് ഇതുതരിക, എനിക്ക് അതുതരിക,'' ദൈവത്തിന് വേണ്ടത്ര അറിവില്ലാത്തതുപോലെ. നിങ്ങളുടെ പ്രാർത്ഥനയെല്ലാം ഇത്തരം ഉപദേശങ്ങൾ മാത്രമാണ്, പക്ഷെ ആളുകൾ ദിവസേന ഇതുതന്നെ തുടർന്നുകൊണ്ടിരിക്കുന്നു. അത് ഒരുതരം പിറുപി റുത്ത് ശല്യമുണ്ടാക്കലാണ്. ''എത്രകാലമാണ് നീ ശ്രദ്ധിക്കാതിരിക്കുക? ഞാൻ എന്നും കാലത്തും വൈകുന്നേരവും ചോദിച്ചു കൊണ്ടേയിരിക്കുന്നു.....''

എന്നെ സംബന്ധിച്ച് പ്രാർത്ഥനയും ഇത്തരം വാക്കുകളുമായി യാതൊരു ബന്ധവുമില്ല. അത് നിശ്ശബ്ദമായൊരു കൃതജ്ഞതയാണ്; അത് അങ്ങേ യറ്റം നിശ്ശബ്ദമാണ്, എങ്കിലും കൃതജ്ഞത അത്യ ഗാധമാണ്. പരമാനന്ദപൂർണ്ണനായിരിക്കുന്നതെങ്ങനെ യെന്ന് നിങ്ങൾ പഠിക്കുകയാണെങ്കിൽ മാത്രമേ അതി നു സാധിക്കുകയുള്ളൂ. അല്ലാത്തപക്ഷം കൃതജ്ഞത ഉണ്ടാകുവാനായി കാര്യമൊന്നുമുണ്ടാവില്ല.

നിങ്ങളുടെ ജീവിതം പ്രേമത്തിന്റേയും പൊട്ടി ച്ചിരിയുടേതുമായിരിക്കട്ടെ. അപ്പോൾ നിങ്ങളിൽ പ്രാർത്ഥനാനിർഭരതയുടെ ഒരു സൂക്ഷ്മസാന്നിദ്ധ്യം നിങ്ങളനുഭവിച്ചറിയുവാൻ തുടങ്ങും. ആ പ്രാർത്ഥ നാനിർഭരതയാകട്ടെ ക്രൈസ്തവമോ ഹൈന്ദവമോ മുഹമ്മദീയമോ ആയിരിക്കുകയില്ല. അത് കേവലം പ്രാർത്ഥനാനിർഭരത മാത്രമായിരിക്കും.

## പ്രദോഷമനനം

പ്രേമിക്കുന്ന ഒരാൾ മുഴുവൻ അസ്തിത്വത്താലും പ്രേമിക്കപ്പെടുന്നു. അസ്തിത്വം നാനാദിശകളിൽ നിന്നും, നാനാമാനങ്ങളിൽ നിന്നും, നമ്മെ പ്രതിധ്വനിപ്പിക്കുക മാത്രമാണ് ചെയ്യുന്നത്. നാം മനോഹരമായൊരു ഗാനമാലപിക്കുകയാണെങ്കിൽ ആ ഗാനം ഒരായിരം മടങ്ങ് മനോഹാരിതയോടെ നമ്മിലേക്ക് തിരിച്ചുവരുന്നു, അത് നമ്മളിലേക്ക് തന്നെ ചൊരിയപ്പെടുന്നു. നാം എന്ത് നൽകുന്നുവോ അത് നമ്മിലേക്ക് തിരിച്ചു നൽകപ്പെടുന്നു. ആളുകൾ ദുഃഖിതരായിരിക്കുന്നത് അവർ മറ്റുള്ളവർക്ക് ദുഃഖം നൽകിക്കൊണ്ടിരിക്കുന്നു, അവർ മറ്റുള്ളവർക്ക് വേദന നൽകിക്കൊണ്ടിരിക്കുന്നു എന്ന ലളിതമായ കാരണത്താലാണ്.

നാം എന്തു വിതയ്ക്കുന്നുവോ അതാണ് നാം കൊയ്യുന്നത്. എന്നാൽ തീർച്ചയായും ഒരു വിത്താണ് വിതയ്ക്കുന്നതെങ്കിൽ കൊയ്യുന്നത് ഒരായിരം വിത്തായിരിക്കും. അസ്തിത്വം ലുബ്ധ് കാണിക്കുന്നില്ല, അത് സമൃദ്ധമായി തിരിച്ചു നൽകുന്നു. എന്നാൽ നിങ്ങൾ നേരത്തെ നൽകിയിട്ടുണ്ടെങ്കിൽ മാത്രമേ അതിന് തിരിച്ചു നൽകുവാനാകൂ - നിങ്ങൾ നൽകുന്നത് അത് പെരുപ്പിച്ചു നൽകുന്നു, അതിനാലത് അടിസ്ഥാനപരമായി നിങ്ങളെ ആശ്രയിച്ചിരിക്കുന്നു. നിങ്ങൾക്ക് പരമാനന്ദം വേണമെന്നുണ്ടെങ്കിൽ, എല്ലാവരിലും, എല്ലാറ്റിലും പരമാനന്ദം ചൊരിയുക. നിങ്ങൾക്ക് പ്രേമം വേണമെങ്കിൽ പ്രേമിക്കുക. നിങ്ങൾക്കെന്തു വേണമെങ്കിലും - കേവലം വേണമെന്നാഗ്രഹിക്കൽ നിങ്ങളെ സഹായിക്കുന്നില്ല - അത് ചെയ്യുക, അത് മൂർത്തമാക്കുക, അപ്പോൾ താമസിയാതെ നിങ്ങൾ അതിശയപ്പെടും. നിങ്ങളെന്താണോ നൽകിയിട്ടുള്ളത് അതെല്ലായ്പ്പോഴും നിങ്ങളിലേക്കു തന്നെ തിരിച്ചുവരുന്നു, ഒരായിരം മടങ്ങായി, അതിലൊട്ടും കുറയാതെ.

നിങ്ങൾക്കെന്തുവേണമോ, അതു നൽകുക. നിങ്ങൾ ഒരിക്കലും ഒഴിഞ്ഞതായിരിക്കുവാൻ വഴിയില്ല. നിങ്ങൾ നിറവേറപ്പെടും, അങ്ങേയറ്റം സഫലീകരിക്കപ്പെടും, നിങ്ങളുടെ ഭാവനയ്ക്കുമപ്പുറം, നിങ്ങളുടെ സ്വപ്നങ്ങൾക്കെല്ലാമപ്പുറം നിങ്ങൾ സഫലീകൃതരായിത്തീരും.

## പ്രഭാതമനനം

നിങ്ങളുടെ ഹൃദയം ആടുകയും പാടുകയും ചെയ്യുന്നില്ലെങ്കിൽ നിങ്ങൾ യഥാർത്ഥത്തിൽ ജീവിക്കുന്നില്ല, നിങ്ങൾ വെറുതെ വലിച്ചു നീട്ടിക്കൊണ്ടു പോവുകയാണ്.... ചില കടമകൾ നിർവ്വഹിക്കുകയും, ചില ആചാരങ്ങൾ അനുഷ്ഠിക്കുകയും ചെയ്തുകൊണ്ട്, എങ്ങനെയോ ഒരു മുഖപടം സൂക്ഷിച്ചുകൊണ്ട് നീങ്ങിക്കൊണ്ടിരിക്കുന്നു. എന്നാൽ ഉള്ളിലെ ആഴത്തിൽ വെറും ശൂന്യതയാണ്; വലിയൊരു വിറകൊള്ളലും. കാരണം ഹൃദയത്തിന്റെ ആഴത്തിൽ അവനറിയാം, ജീവിതം സഫലമായിട്ടില്ലെന്ന്, തനിക്ക് തന്റെ ഗാനം ആലപിക്കുവാൻ ഇനിയും കഴിഞ്ഞിട്ടില്ലെന്ന്. ഏതൊരാളും ജനിക്കുന്നത് ഒരു ഗാനത്തോടുകൂടിയാണ്. അവന്റെ ഗാനം, അവനത് ആലപിക്കാത്തിടത്തോളം അവൻ സഫലീകൃതനാകാതെ നിലകൊള്ളുന്നു.

ഒരു വൃക്ഷം പുഷ്പീകരിക്കപ്പെടുമ്പോൾ അതിനെ ഒന്നു ശ്രദ്ധിച്ചു നോക്കുക. അതിനുചുറ്റും മഹത്തായൊരു സംതൃപ്തി നിങ്ങൾക്കു കാണാം, മഹത്തായൊരു ആഹ്ലാദപ്രകടനം. അതൊരു നൃത്തമാണ്. എന്തുകൊണ്ടെന്നാൽ അത് സ്വഭവനത്തിൽ എത്തിയിരിക്കുന്നു, അതിനുനൽകപ്പെട്ട കർമ്മം അത് സാക്ഷാൽക്കരിച്ചിരിക്കുന്നു. അതിന്റെ ഉള്ള് പൊള്ളയല്ല, അത് നിറഞ്ഞു കവിയുകയാണ്. പുഷ്പങ്ങൾ വന്നുചേരുന്നത് വൃക്ഷം സ്വയം നിറഞ്ഞുകവിയുമ്പോൾ മാത്രമാണ്. ഗാനങ്ങളും വന്നുചേരുന്നത് ഒരുവൻ സ്വയം നിറഞ്ഞുകവിയുമ്പോൾ മാത്രമാണ്.

## പ്രദോഷമനനം

നിങ്ങൾക്കുള്ളതു മാത്രമേ നിങ്ങൾക്കു കിട്ടുന്നുമുള്ളൂ. കാരണം നിങ്ങൾക്കുള്ളതെന്താണോ അതൊരു കാന്തികശക്തിയായിത്തീരുന്നു: അതിനോട് സദൃശമായതിനെ അത് തന്നിലേക്കാകർഷിക്കുന്നു. ഒരു മദ്യപൻ നഗരത്തിലേക്ക് വരുന്നതുപോലെയാണത്. അധികം താമസിയാതെ അയാൾ മറ്റു മദ്യപന്മാരെ കണ്ടെത്തുന്നു. ഒരു ചൂതുകളിക്കാരൻ നഗരത്തിൽ എത്തുന്നു, വൈകാതെ അയാൾ മറ്റു ചൂതുകളിക്കാരുമായി പരിചയത്തിലാകുന്നു. ഒരു മോഷ്ടാവ് നഗരത്തിലെത്തിയാൽ അയാൾ മറ്റു മോഷ്ടാക്കളെ കണ്ടുപിടിക്കും. ഒരു സത്യസാധകൻ നഗരത്തിലെത്തിയാൽ അയാൾ മറ്റ് സാധകരെ കണ്ടുപിടിക്കും.

നമ്മളിൽ നാം സൃഷ്ടിക്കുന്നതെന്താണോ അതൊരു കാന്തികകേന്ദ്രമായിത്തീരുന്നു, അതൊരു നിശ്ചിത ഊർജ്ജമണ്ഡലം സൃഷ്ടിക്കുന്നു. ആ ഊർജ്ജമണ്ഡലത്തിൽ കാര്യങ്ങൾ സംഭവിക്കുവാനും തുടങ്ങുന്നു. അതിനാൽ അസ്തിത്വത്തിന്റെ അനുഗ്രഹാശിസ്സുകൾ ആവശ്യമുണ്ടെന്ന് തോന്നുന്നവർ തന്നാൽ സാദ്ധ്യമായിട്ടുള്ള അനന്തപൂർണ്ണത സ്വയം സൃഷ്ടിക്കേണ്ടതുണ്ട്; തന്റെ പരമാവധി അയാൾ ചെയ്യേണ്ടതുണ്ട്. അപ്പോൾ പതിന്മടങ്ങ് പരമാനന്ദം നിങ്ങൾക്ക് സ്വന്തമാക്കാം. നിങ്ങൾക്കെത്ര കൂടുതലുണ്ടോ അത്രയും കൂടുതൽ വന്നുചേർന്നുകൊണ്ടിരിക്കും. ഈ രഹസ്യം ഒരിക്കൽ മനസ്സിലാക്കി കഴിഞ്ഞാൽ, ഒരുവൻ ആന്തരികോന്മുഖമായി കൂടുതൽ കൂടുതൽ ധന്യനായിക്കൊണ്ടേയിരിക്കും, അവന്റെ ആഹ്ലാദം ആഴത്തിൽ ആഴത്തിൽ നീങ്ങിക്കൊണ്ടേയിരിക്കും. ആനന്ദഹർഷത്തിനാകട്ടെ അറ്റമൊട്ടില്ലതാനും - ഒരുവൻ ശരിയായ ദിശയിൽ തന്നെ തുടങ്ങണമെന്നുമാത്രം.

## പ്രഭാതമനനം

പരമാനന്ദം സംഗീതമാകുന്നു; നിങ്ങളുടെ എല്ലാ അംശങ്ങളും - നിങ്ങളുടെ ശരീരം, നിങ്ങളുടെ മനസ്സ്, നിങ്ങളുടെ ഹൃദയം, നിങ്ങളുടെ സത്തയാകെ - അഗാധമായൊരു സ്വരച്ചേർച്ചയിൽ പ്രവർത്തനക്ഷമമാകുമ്പോൾ ഉയർന്നുവരുന്ന സംഗീതമാണത്; അപ്പോൾ നിങ്ങളുടെ ജീവിതം ഒരു സംഗീതമേളയായിത്തീരുന്നു!

സാധാരണയായി അവിടെ ശബ്ദം മാത്രമേയുള്ളു, സംഗീതമില്ല. ശരീരം അതിന്റെ കാമനകളെ ഉച്ചത്തിൽ വിളിച്ചു പറഞ്ഞുകൊണ്ടിരിക്കുന്നു; അവ അവയുടെ സഫലീകരണം ആവശ്യപ്പെടുന്നു, മറ്റൊരാവശ്യങ്ങളെയും അവ പരിഗണിക്കുന്നില്ല. മനസ്സ് അതിന്റേതായ അഭിലാഷങ്ങളെയും കാമനകളെയും ഉയർത്തിപ്പിടിക്കുന്നു, അത് ഹൃദയത്തെ ഗൗനിക്കുന്നേയില്ല, സ്വന്തം സഫലീകരണത്തിനായി മറ്റെല്ലാം ബലി കഴിക്കുവാൻ അതെപ്പോഴും തയ്യാറായിക്കൊണ്ടിരിക്കുന്നു. ഹൃദയം അതിന്റെ വികാര വിചാരങ്ങളെ, പ്രേമത്തെ, സഫലീകൃതമാക്കുവാൻ കൊതിക്കുന്നു. സത്തയാകട്ടെ തികച്ചും അവഗണിക്കപ്പെട്ട ഒരു ഭാഗമായി നിലനിൽക്കുന്നു; നമ്മളതിനെക്കുറിച്ച് സകലതും മറന്നിരിക്കുന്നു. അത് നിങ്ങൾക്കുള്ളിൽ ഒരു നേരിയ നിതാന്തനിസ്വനമായി സദാ മന്ത്രിച്ചുകൊണ്ടിരിക്കുന്നു, എന്നാൽ ആരുമത് ശ്രദ്ധിക്കുന്നില്ല. കാരണം ശരീരത്തിന്റെ ശബ്ദം വളരെ ഉച്ചത്തിലുള്ളതാണ്, മനസ്സ് വളരെ വാചാലവും, ഹൃദയമാകട്ടെ വളരെ ലോലവുമാണ്.

ഈ ജീവിതത്തിന് ഒരു സ്വരൈക്യമായിത്തീരുവാൻ സാധിക്കും. സോളോഗാനം പാടിക്കൊണ്ടിരി

ക്കുന്ന ഈ അംശങ്ങൾക്കെല്ലാം കൂടിച്ചേർന്നു കൊണ്ട് ഒരു ഓർക്കസ്ട്രയായിത്തീരുവാൻ കഴിയും. ഈ നാലു മൂലകങ്ങളെയും ഒരുമിച്ചു ചേർക്കുവാൻ കഴിവുള്ള ഒരു വഴികാട്ടി മാത്രമേ നിങ്ങൾക്കാവശ്യമുള്ളു. അവയെ പരസ്പരം മനസ്സിലാക്കുവാനും പരസ്പരം സഹായിക്കുവാനും കഴിയുന്ന ഒരു മാർഗ്ഗദർശി. ധ്യാനത്തിലൂടെ, അവബോധത്തിലൂടെ സംഭവിക്കുന്നതതാണ്. അവബോധം ഒരു മാർഗ്ഗദർശിയായിത്തീരുകയും പതുക്കെപ്പതുക്കെ നിങ്ങളുടെ സത്തയുടെ വിവിധങ്ങളായ ഭാഗങ്ങളെ ഓരോന്നിനെയും കൂടുതൽ അടുപ്പിച്ചുകൊണ്ട് ഒരു സ്വരൈക്യം സൃഷ്ടിക്കുവാനത് നിർബന്ധിതമാക്കുകയും ചെയ്യുന്നു.

അതിനാൽ നിങ്ങളുടെ ഊർജ്ജങ്ങളെല്ലാം അവബോധത്തിലേക്ക് സമർപ്പിക്കുക - ധനാത്മകനായി വർത്തിക്കുക. ധ്യാനത്തിൽ നിന്ന് ഇവിടെ സംഗീതമുണ്ടാകുന്നു, ആ മഹത്തായ സംഗീതമാണ് പരമാനന്ദം. നിങ്ങളുടെ ആന്തരിക സംഗീതം ഒരിക്കൽ ശ്രവിച്ചു കഴിഞ്ഞാൽ പിന്നെ മറ്റുള്ള സംഗീതങ്ങളെല്ലാം മങ്ങിപ്പോകുന്നു. അതിന്റെ സൗന്ദര്യത്തോടും ആശീർവാദങ്ങളോടും താരതമ്യപ്പെടുത്തുവാൻ കഴിയുന്നതായി യാതൊന്നുമില്ല.

# 10

## പ്രദോഷമനനം

അസ്തിത്വം എല്ലാറ്റിനെയും സ്നേഹിക്കുന്നു. അസ്തിത്വം നമ്മുടെ നേരെ ഉദാസീനമല്ല. അത് ഉദാസീനമായി കാണപ്പെടുന്നത് നമ്മൾ ഉദാസീനരാണെന്ന ലളിതമായ കാരണത്താലാണ്. അസ്തിത്വം പ്രതിഫലിപ്പിക്കുക മാത്രമാണ് ചെയ്യുന്നത്. അതൊരു ദർപ്പണമാണ്; അത് നമ്മെ പ്രതിദ്ധ്വനിപ്പിക്കുന്നു. നാം അതിനു നേരെ അട്ടഹസിക്കുമ്പോൾ അത് തിരിച്ചു നമ്മുടെ നേരെയും അട്ടഹസിക്കുന്നു. നാം അതിനു നേരെ ഗാനമാലപിക്കുമ്പോൾ, ആ ഗാനം തിരിച്ചു വരുന്നു.

നമ്മൾ എന്തുചെയ്യുന്നുവോ അതുതന്നെ ഒരായിരം മാർഗ്ഗങ്ങളിലൂടെ നമ്മളിലേക്ക് തിരിച്ചു വരുന്നു. കാരണം എല്ലാ മാനങ്ങളിൽ നിന്നും അത് തിരിച്ചു വരുന്നു, അസ്തിത്വത്തിന്റെ എല്ലാ തലങ്ങളിൽ നിന്നും അത് തിരിച്ചു വരുന്നു.

നമ്മൾ പ്രേമപൂർണ്ണരല്ലാത്തതുമൂലം അസ്തിത്വം ഉദാസീനമായി കാണപ്പെടുന്നു. ഉള്ളതായ എല്ലാറ്റിനെയും സ്നേഹിക്കുവാൻ ഒരിക്കൽ നിങ്ങൾ ആരംഭിച്ചു

കഴിഞ്ഞാൽ, പുഴയെയും, പർവ്വതങ്ങളെയും, മൃഗങ്ങളെയും, മനുഷ്യരെയും, നക്ഷത്രങ്ങളെയും, ജീവിതത്തെയാകെ അഗാധമായ പ്രേമത്തോടെ ഇഴുകിച്ചേരുവാൻ തുടങ്ങിക്കഴിഞ്ഞാൽ, നിങ്ങളൊരിക്കൽ ഊഷ്മളമായി കഴിഞ്ഞാൽ അസ്തിത്വമാകെ നിങ്ങൾക്കു നേരെ ഊഷ്മളമായിത്തീരുന്നു. അതെല്ലായ്പ്പോഴും അതേ നാണയത്തിൽ തന്നെ തിരിച്ചടക്കുന്നു.

അത് അർത്ഥരഹിതമായി തോന്നുന്നതിനു കാരണം നാം അർത്ഥം സൃഷ്ടിക്കുന്നില്ല. അത് വിരസവും വരണ്ടതുമായി തോന്നുന്നതിനു കാരണം നമ്മൾ വിരസവും വരണ്ടതുമാണ്. ഒരു ബുദ്ധനത് അങ്ങനെ കാണപ്പെടുകയില്ല. ബുദ്ധൻ പറഞ്ഞിട്ടുണ്ട്, ''ഞാൻ ബോധപ്രാപ്തനായിത്തീർന്ന നിമിഷം അസ്തിത്വമാകെ ബോധപ്രാപ്തമായിത്തീർന്നു.''

എനിക്കും അദ്ദേഹത്തിനുവേണ്ടി ഉറപ്പ് നൽകുവാൻ കഴിയും, അദ്ദേഹം പറയുന്നത് തികച്ചും സത്യമാണ്. അതെന്റെയുംകൂടി അനുഭവമാണ്. നിങ്ങൾ എന്തായിരിക്കുന്നുവോ നിങ്ങളെ സംബന്ധിച്ച് അസ്തിത്വം അതാകുന്നു.

ധ്യാനം നിങ്ങളെ രണ്ട് കാര്യങ്ങൾ പഠിപ്പിക്കും: നിങ്ങളുടെ ആന്തരികലോകത്തെ സംബന്ധിച്ചിടത്തോളം ധ്യാനം; അസ്തിത്വത്തെ സംബന്ധിച്ചിടത്തോളം പ്രേമം. ധ്യാനം നിങ്ങളുടെ കേന്ദ്രമായിരിക്കണം - അവബോധം, നിശ്ശബ്ദമായ ഒരു നിരീക്ഷകത്വം; പ്രേമം നിങ്ങളുടെ പുറംപരിധിയുമായിരിക്കണം, കാരണമൊന്നുമില്ലാത്ത ഒരു ഊഷ്മളത - എന്തുകൊണ്ടെന്നാൽ ഊഷ്മളമായിരിക്കുക എന്നത് അത്രയേറെ മനോഹരമാണ്.

കേന്ദ്രത്തിൽ ധ്യാനാത്മകനായി വർത്തിക്കുക, പുറംപരിധിയിൽ പ്രേമപൂർണ്ണനായും വർത്തിക്കുക. അപ്പോൾ ഈ അസ്തിത്വമാകെ മാറിത്തീരുന്നത് നിങ്ങൾക്കു കാണാം. അസ്തിത്വം അതുതന്നെയാണ്; വാസ്തവത്തിൽ നിങ്ങളാണ് മാറിത്തീരുന്നത്. എന്നാൽ ഉടനെത്തന്നെ, നിങ്ങൾ മാറുന്നതോടെ നിങ്ങളോടൊപ്പം അസ്തിത്വവും മാറുന്നു.

## പ്രഭാതമനനം

ചിരി ഏറ്റവും ദൈവികമായ അനുഭവങ്ങളിൽ ഒന്നത്രേ. എന്നാൽ വളരെ ചുരുക്കം ആളുകൾ മാത്രമാണ് യഥാർത്ഥത്തിൽ ചിരിക്കുന്നത്. ആളുകളുടെ ചിരി ആഴമില്ലാത്തതാണ്. അതൊന്നുകിൽ ബൗദ്ധികമായിരിക്കും. അല്ലെങ്കിൽ ഒരു മുഖപടമോ ഒരു ഔപചാരികതയോ ഒരു സ്വഭാവശൈലിയോ മാത്രമായിരിക്കും. ഒരിക്കലുമത് സമ്പൂർണ്ണമല്ല.

ഒരാൾക്ക് സമ്പൂർണ്ണമായി, പൂർണ്ണഹൃദയത്തോടെ, ഒന്നും ഉള്ളിലൊളിച്ചുവെയ്ക്കാതെ ചിരിക്കുവാൻ കഴിയുമെങ്കിൽ ആ നിമിഷത്തിൽ അതിഗംഭീരമായ ചില കാര്യങ്ങൾ സംഭവിക്കുവാൻ സാധ്യതയുണ്ട്. എന്തുകൊണ്ടെന്നാൽ ചിരി സമ്പൂർണ്ണമായിരിക്കുമ്പോൾ അതു തികച്ചും അഹംബോധരഹിതമാണ്; ദൈവത്തെ അറിയുവാനുള്ള ഏകമാർഗ്ഗവും അതാണ്, അഹംബോധരഹിതനായി വർത്തിക്കൽ.

അഹംബോധരഹിതനായി വർത്തിക്കുവാൻ പല മാർഗ്ഗങ്ങളുമുണ്ട്. എന്നാൽ ചിരിയാണ് ഏറ്റവും മനോഹരമായ മാർഗ്ഗം. ചിരിയ്ക്ക് ഒരു പ്രതിഭയും ആവശ്യമില്ല. വാസ്തവത്തിൽ കുട്ടികളാണ് കൂടുതൽ സുന്ദരമായി, കൂടുതൽ സമ്പൂർണ്ണമായി ചിരിക്കുന്നത്. അവർ വളർന്നുവരുന്നതോടെ, അവരുടെ ചിരി ആഴമില്ലാത്തതായിത്തീരുന്നു; അവർ ഉള്ളിലേക്കു പിടിച്ചുവെക്കുവാൻ തുടങ്ങുന്നു, ചിരിക്കണമോ വേണ്ടയോ എന്നവർ ചിന്തിക്കുവാൻ തുടങ്ങുന്നു, അല്ലെങ്കിൽ ഈ സന്ദർഭം ചിരിയ്ക്കു യോജിച്ചതാണോ, അത് ശരിയാണോ, എന്നു ചിന്തിക്കുവാൻ തുടങ്ങുന്നു.

കൊച്ചു കുഞ്ഞുങ്ങളുടെ ചിരി അഭ്യസിക്കുക - ബോധപൂർവ്വകം, സമ്പൂർണ്ണമായി ചിരിക്കുക - മറ്റുള്ളവരെ നോക്കി മാത്രമല്ല നിങ്ങളുടെ നേരെത്തന്നെ

യും നോക്കി ചിരിക്കുക. ചിരിക്കുവാനുള്ള ഒരവസരവും പാഴാക്കി കളയാതിരിക്കുക. ചിരി പ്രാർത്ഥനയാകുന്നു.

## പ്രദോഷമനനം

മതം വേറിട്ട ഒരു പ്രവർത്തനമായിരിക്കുവാൻ പാടില്ല. അതു ജീവിതത്തിൽ നിന്ന് വ്യതിരിക്തമാകരുത്, അതു നിങ്ങളുടെ ജീവിതം തന്നെയായിത്തീരണം. ഒരാൾ എന്തു ജോലിചെയ്യുകയാണെങ്കിലും- ആഹാരം പാകംചെയ്യൽ, വസ്ത്രമലക്കൽ, തോട്ടപ്പണിചെയ്യൽ- അതെല്ലാം പ്രാർത്ഥനയാണ്, ധ്യാനമാണ്, ആഘോഷമാണ്. മതം ജീവിതത്തിൽനിന്നും ഭിന്നമായ മറ്റെന്തോ ആയിത്തീരുമ്പോൾ അതൊരു പലായനം സൃഷ്ടിക്കുന്നു. മതം ജീവിതത്തെ അർത്ഥമാക്കുമ്പോഴതു സൃഷ്ടിപരതയായിത്തീരുന്നു. ജീവിതത്തെ കഴിയുന്നത്ര ലഘുവായി എടുക്കുക. അതിനെ എത്രമാത്രം ലഘുവായി എടുക്കുന്നുവോ നിങ്ങൾ അത്രകണ്ട് ബോധോദയത്തോടടുക്കുന്നു. നിങ്ങളതിനെ എത്രമാത്രം ലഘുവായെടുക്കുന്നുവോ, അത്രകണ്ട് നിങ്ങൾ വെളിച്ചത്താൽ നിറയുന്നു.

## പ്രഭാതമനനം

മനുഷ്യൻ സാധാരണയായി ജീവിക്കുന്നത് ഭാഗികമായൊരു ജീവിതമാണ്, അർദ്ധഹൃദയത്തോടെ. അവൻ ജീവിക്കുന്നത് ഒരു 'ലൂക്ക്വോം' രീതിയിലാണ്: തണുപ്പുമല്ല ചൂടുമല്ല, ഇതുമല്ല അതുമല്ല. അവന്റെ ജീവിതമൊരാവേശവുമില്ലാത്തതാണ്, ഒരു തീവ്രതയും ഇല്ലാത്തത്. അതുകൊണ്ടാണതു വിരസമായിരിക്കുന്നത്, അതുകൊണ്ടാണതു ശരാശരിയിൽ താഴെയായിരിക്കുന്നത്.

ജീവിതം അതിന്റെ സമ്പൂർണ്ണതയിൽ, തീവ്രതയിൽ, ആവേശപൂർവ്വകം, നിങ്ങൾ അപകടങ്ങൾ ഏറ്റെടുത്തുകൊണ്ടു ജീവിക്കുമ്പോൾ, അതിനു തികച്ചും പുത്തനായൊരു നറുമണം ഉണ്ടാകുന്നു. അപ്പോൾ നിങ്ങളിൽ മഹത്തായ ധിഷണാവിശേഷം ഉയർന്നു വരുന്നു. അപകടസാധ്യതകൾ ഏറ്റെടുക്കുമ്പോൾ നിങ്ങൾക്കൊരു വാളിനെപ്പോലെ മൂർച്ച ഉണ്ടാകുന്നു. എന്നാൽ ഒരിക്കലും അപകടങ്ങളെ ഏറ്റെടുക്കാത്ത ആളുകളുടെ വാളുകൾ തുരുമ്പ് പിടിച്ചുകൊണ്ടിരിക്കുന്നു, അവരുടെ ദർപ്പണങ്ങൾ പൊടിപിടിച്ചുകൊണ്ടേയിരിക്കുന്നു. അവരുടെ വാളുകൾ തുരുമ്പ് പിടിച്ചതും ഉപയോഗശൂന്യവുമായിത്തീരുന്നു. അതുതന്നെയാണ് ലക്ഷോപലക്ഷം ജനങ്ങൾക്ക്, അവരുടെ ആത്മാവുകൾക്ക് സംഭവിച്ചിട്ടുള്ളത്.

ഇവിടെ എന്റെ പരിശ്രമം നിങ്ങളുടെ അവബോധദർപ്പണത്തിൽ നിന്ന് പൊടിപടലങ്ങൾ നീക്കി, നിങ്ങളുടെ ധിഷണയുടെ വാൾ വൃത്തിയാക്കി സൂക്ഷിക്കുവാൻ നിങ്ങളെ സഹായിക്കുവാനാണ്. അതിനുള്ള ഒരേയൊരു മാർഗ്ഗം നൂറുഡിഗ്രിയിൽ ജീവിക്കുക എന്നതുമാത്രമാണ്, കാരണം ആ ദശാസന്ധിയിൽ മാത്രമേ ആ ബാഷ്പീകരണം സംഭവിക്കുകയുള്ളൂ.

അഹംബോധം അപ്രത്യക്ഷമാവുകയും നിങ്ങൾ സമ്പൂർണ്ണതയുടെ ഭാഗമായിത്തീരുകയും ചെയ്യുന്നു. സമ്പൂർണ്ണതയുടെ ഭാഗമായിത്തീരൽ തന്നെയാണ് വിശുദ്ധനായിത്തീരൽ.

## പ്രദോഷമനനം

സമാധാനം ദൈവികമാകുന്നു, അത് ഈശ്വരന്റെ വരദാനമാകുന്നു. നിങ്ങൾ ആത്മാർത്ഥമായി ധ്യാനത്തിലേക്ക് പോവുകയാണെങ്കിൽ, നിങ്ങൾക്കവൻ പ്രതിഫലം നൽകാതിരിക്കുകയില്ല. ഇക്കാര്യത്തിൽ ഒരു ചോദ്യവുമില്ല, അതെക്കാലത്തും അങ്ങനെ സംഭവിച്ചിട്ടുണ്ട്. ദൈവം അക്കാര്യത്തിൽ വളരെ ആത്മാർത്ഥതയുള്ളവനാണ്. എന്നാലൊരു കാര്യം ഓർമ്മിച്ചിരിക്കേണ്ടതുണ്ട്: സമാധാനം ഈശ്വര വരദാനമാകുന്നു. നമുക്ക് നേരിട്ടക്കാര്യത്തിൽ ഒന്നും ചെയ്യുവാൻ സാധ്യമല്ല. എന്നാൽ മുകളിൽ നിന്നത് നമ്മളിലേക്ക് ഇറങ്ങിവരുവാൻ വേണ്ട ശരിയായ സാഹചര്യം സൃഷ്ടിക്കുവാൻ നമുക്ക് കഴിയും. അത് പുഷ്പങ്ങളെപ്പോലെയാണ്: പൂക്കളുടെ കാര്യത്തിൽ നിങ്ങൾക്ക് നേരിട്ടൊന്നും ചെയ്യാൻ കഴിയില്ല.

എന്നാൽ നിങ്ങൾക്ക് നിലം തയ്യാറാക്കാം, വിത്തുകൾ പാകാം, ചെടി വളരുവാൻ വേണ്ട സഹായങ്ങൾ ചെയ്തുകൊണ്ട് കാത്തിരിക്കാം. ശരിയായ കാലാവസ്ഥയിൽ, ശരിയായ മുഹൂർത്തത്തിൽ പൂക്കൾ വന്നു ചേരും; നിങ്ങളുടെ പരിശ്രമത്തിന് പ്രതിഫലം നൽകപ്പെടും. പക്ഷെ നിങ്ങൾക്ക് ആ പൂക്കളെ ഒരു വിത്തിനകത്തു നിന്ന് വലിച്ചെടുക്കാനാവില്ല, ഒരു വൃക്ഷത്തിൽ നിന്നും പൂക്കളെ വലിച്ചെടുക്കാനാവില്ല; അത് സംഭവിക്കുവാൻ അനുവദിക്കുകയേ നിവൃത്തിയുള്ളൂ. ഏതോ ഒരജ്ഞാതസ്രോതസ്സിൽ നിന്നാണവ വരുന്നത്, എങ്കിലും അവ എപ്പോഴും വന്നെത്തുന്നു. ഒരുവൻ വേണ്ടത്ര ക്ഷമയുള്ളവനായിരിക്കേണ്ടതുണ്ട്. ഒരുവൻ കേവലം അവന്റെ ജോലി ചെയ്യുകയും സമയം പക്വമാകുമ്പോൾ പൂക്കൾ വന്നുകൊള്ളുമെന്ന വിശ്വസ്തതയർപ്പിച്ചുകൊണ്ട് കാത്തിരിക്കേണ്ടതുമുണ്ട്.

അവ എല്ലായ്പ്പോഴും വന്നെത്തിയിട്ടുണ്ട്. യേശുവിലേക്ക് അവ വരുന്നു, ബുദ്ധനിലേക്ക്, മുഹമ്മദിലേക്ക് അവ വന്നെത്തുന്നു, അവ നിങ്ങളിലേക്കും വന്നെത്തിക്കൊള്ളും. ദൈവത്തിന് പ്രത്യേകിച്ചു പ്രിയമുള്ളവരായി ആരുമില്ല, അവൻ ഒരാൾക്കുമെതിരോ, ഒരാൾക്കുമനുകൂലമോ അല്ല. ദൈവം എന്നാൽ കേവലം പ്രകൃതിയുടെ പരമമായ നിയമം എന്നാണർത്ഥം. കേവലം നിങ്ങളിൽ അർപ്പിക്കപ്പെട്ടിരിക്കുന്ന ജോലി നിർവ്വഹിക്കുക, അപ്പോൾ ഉടനടി പ്രകൃതി പ്രതികരിക്കുന്നു.

## പ്രഭാതമനനം

സന്തോഷവാനായിരിക്കുകയെന്നത് മതാത്മകനായി വർത്തിക്കലാകുന്നു, സന്താപവാനായിരിക്കുന്നത് മതവിരുദ്ധനായി വർത്തിക്കലും. അതിനാൽ എന്റെ വിലയിരുത്തലിൽ പുണ്യവാളന്മാർ എന്നറിയപ്പെടുന്നവർ പുണ്യവാളന്മാരേയല്ല. അവർ അത്രമാത്രം വിഷാദവാന്മാരായി, വിരസന്മാരായി, മൃതന്മാരായി കാണപ്പെടുന്നു. അവർക്കെങ്ങനെ ദൈവത്തെ അനുഭവിക്കുന്നവരായിരിക്കുവാൻ കഴിയും? ഈശ്വരാനുഭവം ഇത്തരം വിഷാദമാണു കൊണ്ടുവരുന്നതെങ്കിൽ, അപ്പോൾ അതനുഭവിക്കുവാൻ കൊള്ളാവുന്നതല്ല. ഈശ്വരാനുഭവം ആളുകളെ ഇത്രയും വിരസന്മാരാക്കുന്നുവെങ്കിൽ, അപ്പോൾ ദൈവത്തെ വിട്ടുകളയുന്നതായിരിക്കും ഭേദം. വല്ലവിധേനയും നിങ്ങൾ അവനെ കണ്ടുമുട്ടിയാൽപോലും ഓടിക്കളയണം.

അതല്ല ദൈവത്തെക്കുറിച്ചുള്ള എന്റെ വീക്ഷണം. ദൈവത്തിന്റെ മുഖംമൂടി അണിഞ്ഞ പിശാചായിരിക്കണം ഈ പുണ്യവാളന്മാർക്ക് മുന്നിലുള്ളത്; അവൻ ഈ ആളുകളെ ചതിച്ചതായിരിക്കണം. ദൈവത്തിന് ആഘോഷമെന്നേ അർത്ഥമുണ്ടാകുവാൻ സാധ്യതയുള്ളൂ. അവന് ആഘോഷാത്മകത എന്നുമാത്രമേ അർത്ഥമുണ്ടാവൂ. എന്നെ സംബന്ധിച്ച് ദൈവമെന്നാൽ ആഘോഷാത്മകമായ മാനം മാത്രമാകുന്നു. അതിനാൽ ആനന്ദപൂർണ്ണനായിരിക്കുക. ആനന്ദപൂർണ്ണതയായിരിക്കട്ടെ നിങ്ങളുടെ പ്രാർത്ഥന.

## പ്രദോഷമനനം

യാതൊരു കാരണവും കൂടാതെ തന്നെ, യാതൊരുദ്ദേശ്യത്തോടും കൂടിയല്ലാതെ തന്നെ കേവലം നിശ്ശബ്ദമായിരിക്കുന്നതിൽ അഭിരമിക്കുവാൻ ഒരുവൻ അഭ്യസിക്കേണ്ടതുണ്ട് - നിശ്ശബ്ദതയിൽ വർത്തിക്കുന്നതിന്റെ ആഹ്ലാദത്തിനുവേണ്ടി മാത്രം, കേവലം കിളികളുടെ കളമൊഴികൾ ശ്രദ്ധിച്ചുകൊണ്ട് അല്ലെങ്കിൽ നിങ്ങളുടെ സ്വന്തം ശ്വാസോച്ഛ്വാസത്തെ നിരീക്ഷിച്ചുകൊണ്ട് കേവലം വർത്തിക്കുക മാത്രം ചെയ്യുക. പതുക്കെപ്പതുക്കെ നവമായൊരു സൗരഭ്യം നിങ്ങളുടെ സത്തയിൽ നിന്നുയർന്നു പൊങ്ങുവാൻ തുടങ്ങുന്നു. ആ സൗരഭ്യമാണ് ധ്യാനം, ആ ശാന്തി, ആ നിശ്ചലതയുടെ സ്വാസ്ഥ്യം. അതൊരു പാരിതോഷികമായി അതീതത്തിൽ നിന്ന് വന്നെത്തുന്നു.

ഒരുവൻ സന്നദ്ധനായിരിക്കുമ്പോഴൊക്കെയും അത് സദാ സംഭവിക്കുന്നു, അനിവാര്യമായും അത് സംഭവിക്കുന്നു. പ്രകൃതി ആരോടും മോശമായി പെരുമാറുന്നില്ല. അർഹിക്കുന്നവനാരായാലും, അവൻ അർഹിക്കുന്നതെന്താണോ അത് ലഭിക്കുന്നു. ആളുകൾ ദുഃഖപൂർണ്ണരായിരിക്കുന്നുവെങ്കിൽ അവരതർഹിക്കുന്നതുകൊണ്ടാണ്, അതാണവർക്ക് അർഹതപ്പെടുന്നത്. ആരുമതിന് കുറ്റക്കാരനല്ല, മറ്റാരും കുറ്റക്കാരനല്ല, മറ്റൊരാളും ഒരുത്തരവാദിയല്ല - അവരത് നേടിയെടുത്തതാണ്. ഒരുവൻ ആനന്ദപൂർണ്ണനാണെങ്കിൽ അതിനർത്ഥം അവനതിന് അർഹിക്കുന്നുവെന്നാണ്. നിങ്ങൾ എന്തിനാണോ അർഹനായിത്തീരുന്നത്, എന്തിനു വേണ്ടിയാണോ നിങ്ങൾ തയ്യാറെടുക്കുകയും സന്നദ്ധനായും സ്വീകർത്താവായും തീരുന്നത്, അതുതന്നെ എപ്പോഴും പ്രകൃതി നിങ്ങൾക്ക് നൽകുന്നു.

## പ്രഭാതമനനം

പച്ച നിറം ജീവിതത്തെ, ജൈവതയെ, നവത്വത്തെ പ്രതിനിധീകരിക്കുന്നു. അത് വൃക്ഷങ്ങളുടെ വർണ്ണമാകുന്നു. ആയിരക്കണക്കിന് വർഷങ്ങളായി മതങ്ങൾ എന്നു വിശേഷിപ്പിക്കുന്നവ മനുഷ്യന്റെ സത്തയിലെ പച്ചപ്പു മുഴുവനും നശിപ്പിച്ചുകൊണ്ടിരിക്കുന്നു. അവ മനുഷ്യനെ ഏതാണ്ടൊരു മൃതമായ വൃക്ഷത്തെപ്പോലെയാക്കി മാറ്റിയിരിക്കുന്നു: യാതൊരു പച്ചപ്പുമില്ല, പുഷ്പങ്ങളില്ല, അതിലൂടെ ഒരു നീരും ഒഴുകുന്നില്ല. അതിനാൽ മനുഷ്യരാശി അത്രമാത്രം ദുഃഖപൂർണ്ണവും മുഷിപ്പനുമായി കാണപ്പെടുന്നു. മനുഷ്യരാശിയിലേക്ക് വീണ്ടുമൊരു നൃത്തം തിരിച്ചു കൊണ്ടുവരുവാൻ ഞാൻ ആഗ്രഹിക്കുന്നു. മനുഷ്യജീവികൾ വീണ്ടും ഭൂമിയിൽ തന്നെ വേരുറച്ചു നിൽക്കുവാനും അങ്ങനെ വീണ്ടും ആ വൃക്ഷത്തിലൂടെ നീരൊഴുക്കുണ്ടാകുവാനും, മഹത്തായ ഒരു പച്ചപ്പടർപ്പ്, ഒരു വമ്പിച്ച പച്ചപ്പ് ഒരിക്കൽ കൂടി സംഭവിക്കുവാനും ഞാനാഗ്രഹിക്കുന്നു.

ഒരുവൻ സ്വയം പ്രഫുല്ലനം ചെയ്യാത്തിടത്തോളം അവൻ അതൃപ്തനായി നിലകൊള്ളുന്നു. പുഷ്പങ്ങൾ ഉണ്ടാകുമ്പോഴാണ് ഒരു വൃക്ഷം സഫലമാകുന്നത്, അതുപോലെ തന്നെയാണ് മനുഷ്യനും സഫലീകൃതനായിത്തീരുന്നത്. പ്രേമത്തിന്റെ, പരമാനന്ദത്തിന്റെ, സ്വാതന്ത്ര്യത്തിന്റെ, ധൈഷണികതയുടെ, ദൈവികതയുടെ പുഷ്പങ്ങൾ - ഈ പുഷ്പങ്ങൾക്കു മാത്രമേ സഫലീകരണബോധം നൽകുവാൻ കഴിയുകയുള്ളു. സഫലീകൃതനായ വ്യക്തി ഒരിക്കലും വിഷാദിയാകുന്നില്ല.

എന്നെ സംബന്ധിച്ച് സഫലീകൃതനായ വ്യക്തിയാണ് പുണ്യവാളൻ; മറ്റുള്ളവർ വെറും നാട്യക്കാർ മാത്രമാണ്. എന്റെ സന്യാസിമാർ യഥാർത്ഥമായ

അർത്ഥത്തിൽ പുണ്യവാളന്മാരായിരിക്കുവാൻ ഞാൻ ആഗ്രഹിക്കുന്നു: സജീവമായി, ആഹ്ലാദപൂർവ്വം, ആടിയും പാടിയും ജീവിതം ഒരു ഉൽസവ ആഘോഷമാക്കിക്കൊണ്ട്.

## പ്രദോഷമനനം

ക്ഷമ ഒരു സാധകന്റെ അടിസ്ഥാനപരമായ ഗുണവിശേഷമാകുന്നു. ആത്മീയാന്വേഷണത്തിൽ അക്ഷമ ഒരു തടസ്സമാണ്. ദൈവത്തിന്റെ കാര്യത്തിൽ നിങ്ങൾക്ക് ധൃതിപിടിക്കുവാനാവില്ല. കാരണം ദൈവം നിത്യതയിലാണ് ജീവിക്കുന്നത്, ധൃതി എന്നാൽ മണിക്കൂറുകളും മിനുറ്റുകളും സെക്കന്റുകളും എണ്ണി കൊണ്ടിരിക്കലാണ്. അതു ശരിയാവുകയില്ല. നിങ്ങൾക്ക് ദൈവത്തെ അറിയണമെന്നുണ്ടെങ്കിൽ, സത്യത്തെ അറിയണമെന്നുണ്ടെങ്കിൽ, നിത്യതയുടെ രീതികൾ നിങ്ങളറിഞ്ഞിരിക്കണം. അതുകൊണ്ട് ക്ഷമ ആവശ്യമാണ്.

സമയത്തെക്കുറിച്ചെല്ലാം മറക്കുക, ധൃതി പിടിക്കാതിരിക്കുക, അക്ഷമനാകാതിരിക്കുക, കാത്തിരിക്കുക, മഹത്തായ പ്രതീക്ഷയോടെ പ്രേമപൂർവ്വം കാത്തിരിക്കുക. അത് കേവലമൊരു പ്രതീക്ഷയല്ല, അതിഥി ഏതുനിമിഷവും വന്നെത്താമെന്ന ആഹ്ലാദപൂർവ്വമായ ഒരു കാത്തിരിപ്പ്. എന്നാലവൻ എത്തുന്നില്ലെങ്കിൽ നിരാശാഭരിതനാകരുത്. അവനെ സ്വീകരിക്കുവാൻ എല്ലാം ഒരുക്കി കാത്തിരിക്കുക. ഒരുങ്ങിക്കൊണ്ടേയിരിക്കുക. അവൻ വന്നെത്തുന്നില്ലെങ്കിൽ അതിനർത്ഥം നിങ്ങൾ ഇനിയും സന്നദ്ധനായിട്ടില്ലെന്നാണ്. അതുകൊണ്ട് ഇച്ഛാഭംഗപ്പെടേണ്ട കാര്യമില്ല. ചുറ്റുപാടും നിരീക്ഷിക്കുക, തയ്യാറെടുക്കുക, തയ്യാറെടുക്കുക, തയ്യാറെടുക്കുക. നിങ്ങളുടെ തയ്യാറെടുപ്പ് പരിപൂർണ്ണമാകുന്ന നിമിഷം, നിങ്ങളുടെ നിശ്ശബ്ദത, നിങ്ങളുടെ ശൂന്യത പരിപൂർണ്ണമാകുന്ന നിമിഷം, അവൻ വരുന്നു - ഉടനടി അവൻ വന്നെത്തുന്നു.

## പ്രഭാതമനനം

മനുഷ്യന് അസംസ്കൃതമായ ഊർജ്ജങ്ങളുണ്ട്, അവ സംസ്ക്കരിക്കപ്പെടണം. അപ്പോൾ സാധാരണ ഗതിയിൽ ദുഃഖം, അന്ധകാരം, നൈരാശ്യം, സൃഷ്ടിക്കുന്ന അതേ അസംസ്കൃത ഊർജ്ജങ്ങൾ, മഹത്തായ ആനന്ദം, മഹത്തായ ആഘോഷം സൃഷ്ടിക്കുവാൻ തുടങ്ങുന്നു. ഊർജ്ജങ്ങൾ അതേ ഊർജ്ജങ്ങൾ തന്നെ. അവ ധ്യാനത്തിന്റെ സൂക്ഷ്മമായ പ്രക്രിയയിലൂടെ കടന്നു പോകേണ്ടതുണ്ട്. കേവലം ഒരൽപ്പം സംസ്ക്കരണം.

ഉദാഹരണമായി സൂര്യന് ചന്ദ്രന്റെ അതേ പ്രകാശം തന്നെയാണുള്ളത്. വാസ്തവത്തിൽ ചന്ദ്രന് അതിന്റെ സ്വന്തമായ പ്രകാശമില്ല - അത് കേവലം സൂര്യപ്രകാശത്തെ പ്രതിഫലിപ്പിക്കുക മാത്രമാണ് ചെയ്യുന്നത് - എന്നാൽ ആ വ്യത്യാസം അഗാധമാണെന്ന് നിങ്ങൾക്ക് കാണുവാൻ കഴിയും. സൂര്യപ്രകാശം പരുഷമാണ്. ആക്രമണോത്സുകമാണ്, ചൂടേറിയത്, ഹിംസാത്മകം, ഭയാനകം. അതേ പ്രകാശം ചന്ദ്രനാൽ പ്രതിഫലിക്കപ്പെടുമ്പോൾ അത് ശീതളവും സ്വാന്തനിപ്പിക്കുന്നതും അതീവ ശാന്തവും ശാന്തീദായകവുമായിത്തീരുന്നു.

നിങ്ങൾക്ക് ചന്ദ്രനെ മണിക്കൂറുകളോളം നോക്കി നിൽക്കുവാനാകും. എന്നാൽ സൂര്യനുനേരെ നോക്കുവാൻ കഴിയില്ല. നോക്കുകയാണെങ്കിലത് നിങ്ങളുടെ കണ്ണുകളെ പൊള്ളിക്കും, നിങ്ങളുടെ മസ്തിഷ്ക്കത്തിലെ അതിസൂക്ഷ്മമായ നാഡീവ്യൂഹത്തെ നശിപ്പിക്കും. എന്നാൽ ചന്ദ്രൻ സ്വാന്തനം നൽകുന്നു, പോഷണം നൽകുന്നു. ചന്ദ്രന്റെ പ്രകാശം അടിസ്ഥാനപരമായി വ്യത്യസ്തമല്ല, പക്ഷെ അത് ചന്ദ്രനിലൂടെ കടന്നു വന്നിരിക്കുന്നു.

ധ്യാനം ചന്ദ്രനെപ്പോലെയാണ്. അത് കാമമെന്ന ഊർജ്ജത്തെ പ്രേമത്തിലേക്ക് പരിവർത്തിപ്പിക്കുന്നു, കോപത്തെ കരുണയായി പരിവർത്തിപ്പിക്കുന്നു, ആർത്തിയെ പങ്കുവെക്കലാക്കി മാറ്റുന്നു, ആക്രമണോത്സുകതയെ സ്വീകൃതത്വമാക്കി മാറ്റുന്നു, അഹംബോധത്തെ എളിമയാക്കി മാറ്റുന്നു. നിലാവ് അതീവ പ്രസക്തമായ ചിലതിനെ പ്രതിനിധീകരിക്കുന്നു. കാരണം നിങ്ങൾക്കതേ പ്രക്രിയയിലൂടെ കടന്നു പോകേണ്ടതുണ്ട് -സൂര്യനിൽ നിന്ന് ചന്ദ്രനിലേക്ക്, ബഹിർമുഖത്തിൽ നിന്ന് അന്തർമുഖത്തിലേക്ക്, പുറത്തേക്ക് പോകലിൽ നിന്ന് അകത്തേക്ക് പോകലിലേക്ക്. അപ്പോൾ ദിവ്യാത്ഭുതം സംഭവിച്ചു തുടങ്ങുന്നു. അവിശ്വസനീയമായ അത്ഭുതങ്ങൾ സംഭവിക്കാൻ തുടങ്ങുന്നു. ഒരുവൻ ഒരിക്കലും സ്വപ്നം കണ്ടിട്ടുപോലുമുണ്ടാവില്ല, ഒരിക്കലും ഭാവന ചെയ്തിട്ടുപോലുമുണ്ടാവില്ല, ഇത്രയും മനോഹാരിത സാദ്ധ്യമാണോ എന്ന്. അപ്പോൾ ആദ്യമായി ഒരുവന് ദൈവത്തോട് കൃതജ്ഞത തോന്നുന്നു, സ്വാഭാവികമായും പ്രാർത്ഥന ഉയർന്നു വരികയും ചെയ്യുന്നു.

## പ്രദോഷമനനം

ഒരു സന്യാസിമഠത്തിൽ സമാധാനപൂർണ്ണനായി വർത്തിക്കുക എളുപ്പമാണ്. അവിടെ സമാധാനത്തോടു കൂടി വർത്തിക്കുകയല്ലാതെ നിങ്ങൾക്ക് മറ്റെന്തു ചെയ്യുവാൻ കഴിയും? എന്നാൽ ആ സമാധാനം മൃതമാണ്. അത് ഷണ്ഢത്വത്തിനോട് അടുത്തു നിൽക്കുന്നു. അപ്പോൾ, ഒരുവൻ ഷണ്ഢനാണെങ്കിൽ അവന് വളരെ അനായാസകരമായി ബ്രഹ്മചാരിയാകുവാൻ കഴിയും. വാസ്തവത്തിൽ അതല്ലാതെ അവനെക്കൊണ്ട് എന്തു സാധിക്കും?

എല്ലാത്തരം അലോസരങ്ങൾക്കുമിടയിൽ നിശ്ശബ്ദനായി ഇരിക്കുവാനുള്ള കല നിങ്ങൾക്ക് പഠിക്കുവാനാകുമെങ്കിൽ ഈ ലോകം വലിയൊരു വെല്ലുവിളിയായിരിക്കും. അപ്പോൾ മാത്രമേ നിങ്ങളുടെ നിശ്ശബ്ദത സത്യമായി, ആധികാരികമായി, സജീവമായി തീരുന്നുള്ളൂ. മാത്രമല്ല, സജീവമായൊരു സമാധാനത്തിലൂടെ മാത്രമേ ദൈവത്തിന് നിങ്ങളിലേക്ക് വന്നെത്തുവാൻ കഴിയൂ. ദൈവം ജീവിതമാകുന്നു. മൃതമായൊരു സമാധാനം യാതൊന്നിനും കൊള്ളാവുന്നതല്ല.

അതിനാൽ ലോകത്തിൽ തന്നെ വർത്തിക്കുക. എന്നാൽ ലോകത്തിന്റേതായി വർത്തിക്കാതിരിക്കുക. ലോകത്തിനകത്ത് ജീവിക്കുക, എന്നാൽ ലോകത്തെ നിങ്ങളിലേക്ക് പ്രവേശിക്കുവാൻ അനുവദിക്കാതിരിക്കുക. നീങ്ങുക, ലോകത്തിലൂടെ കടന്നുപോവുക. എന്നാൽ സ്വാധീനിക്കപ്പെടാതെ നിലകൊള്ളുക. അത് സാദ്ധ്യമാണ്. അതാണേറ്റവും വലിയ ദിവ്യാത്ഭുതമെങ്കിലും അത് സാദ്ധ്യമാണ്. അതു സാദ്ധ്യമായിത്തീരുമ്പോൾ ഒരുവൻ ആദ്യമായി ആനന്ദഹർഷം എന്തെന്നറിയുന്നു.

## പ്രഭാതമനനം

സ്വർണ്ണം എന്നും പ്രതീകാത്മകമായിരുന്നു, പൗരസ്ത്യനാട്ടിലും പാശ്ചാത്യനാട്ടിലും. നൂറ്റാണ്ടുകളായി രാസവിദ്യാവാദികൾ അതിനെക്കുറിച്ച് സംസാരിച്ചു കൊണ്ടിരുന്നു, അവർ പരക്കെ തെറ്റിദ്ധരിക്കപ്പെട്ടു. കാരണം ആളുകൾ കരുതി, അവർ സംസാരിക്കുന്നത് യഥാർത്ഥ സ്വർണ്ണത്തെക്കുറിച്ചാണെന്ന്. അവർ സ്വർണ്ണത്തെക്കുറിച്ച് ആലങ്കാരികമായിട്ടാണ് സംസാരിച്ചു കൊണ്ടിരുന്നത്.

സാധാരണഗതിയിൽ മനുഷ്യൻ നേതാവില്ലാത്ത ഒരു ഓർക്കസ്ട്ര പോലെയാണ്. ഏകോപിപ്പിക്കുവാൻ ഒരു മാർഗ്ഗദർശിയില്ല. ഓരോരുത്തരും സോളോവായി ഉപകരണങ്ങൾ വായിക്കുന്നു. അതൊരു ഓർക്കസ്ട്രയാണെങ്കിലും സ്വന്തമായ ആശയപ്രകാരം, മറ്റുള്ളവരെ ഗൗനിക്കാതെ തന്റേതായ സോളോ പ്രകടനം നടത്തുന്നു. മറ്റുള്ളവർ എന്താണ് ചെയ്യുന്നതെന്ന് നോക്കാതെ, ഒരു സ്വരൈക്യത്തിന് യാതൊരു ശ്രമവും നടത്താതെ. അതുമൂലം ഉണ്ടാകുന്നതാണ് ഉള്ളിലെ ഈ ഒച്ചപ്പാട്, ഈ ഭ്രാന്ത്, ഈ ചിത്തഭ്രമം. മാനവരാശിയുടെ ഏതാണ്ട് മുഴുവനോളവും ചിത്തഭ്രമത്തിലാണ്. തീർച്ചയായും ഡിഗ്രികളിൽ വ്യത്യാസമുണ്ടായിരിക്കാം. കുറച്ചുപേർ കൂടിയ ഭ്രാന്തന്മാരും, കുറച്ചുപേർ അല്പം കുറഞ്ഞ ഭ്രാന്തന്മാരും ആയിരിക്കാം. എന്നാൽ ഡിഗ്രിയിലുള്ള ഈ വ്യത്യാസം വലിയൊരു വ്യത്യാസമല്ല.

വളരെ അപൂർവ്വരായ ചില ആളുകൾ മാത്രമേ - വല്ലപ്പോഴുമൊരിക്കൽ ഒരു ബുദ്ധൻ, ഒരു ലാവോത്സു, ഒരു ബാഷോ, ഒരു യേശു - അത്തരം വളരെ അപൂർവ്വരായ ആളുകൾക്ക് മാത്രമേ തങ്ങളുടെ പ്രാഥമികമായ ശക്തികളുടെ നിയന്താക്കളായിത്തീരുവാനും, സോളോ ആയിട്ടല്ലാതെ, ഒരു ഓർക്കസ്ട്രയായി

പ്രകടനം നടത്തുവാനും കഴിഞ്ഞിട്ടുള്ളു. സ്വന്തം സത്തയിൽ ഒരു സ്വരൈക്യം കൊണ്ടുവരാൻ കഴിഞ്ഞിട്ടുള്ള ഈ അപൂർവ്വം ചില ആളുകൾ പരമമായ സത്യത്തെ അറിഞ്ഞിട്ടുണ്ട്.

അതാണ് സ്വർണ്ണം എന്നതുകൊണ്ട് ഉദ്ദേശിക്കുന്നത്. അതാണ് ഏറ്റവും വിലപിടിച്ച ലോഹം, അതിനാൽ അത് പ്രതീകാത്മകമായിത്തീർന്നു.

## പ്രദോഷമനനം

എല്ലാവരും സമാധാനം കാംക്ഷിക്കുന്നവരാണ്. എന്നാൽ കാംക്ഷിക്കുന്നതുകൊണ്ടുമാത്രം ഒരുവൻ സമാധാനമുള്ളവനായിത്തീരുകയില്ല. ആളുകൾ സമാധാനത്തിനുവേണ്ടി മുറവിളി കൂട്ടിക്കൊണ്ടേയിരിക്കുന്നു, എന്നാൽ അതേ ആളുകൾ തന്നെ യുദ്ധത്തിനുവേണ്ടി തയ്യാറെടുത്തുകൊണ്ടേയിരിക്കുകയും ചെയ്യുന്നു. ഒരേ ആളുകൾ തന്നെ സമാധാനത്തെക്കുറിച്ച് സംസാരിച്ചുകൊണ്ടിരിക്കുകയും ആറ്റം ബോംബുകൾ, ഹൈഡ്രജൻ ബോംബുകൾ കുന്നുകൂട്ടികൊണ്ടിരിക്കുകയും ചെയ്യുന്നു; ഇതുരണ്ടും ചെയ്യുന്നത് വ്യത്യസ്തരായ ആളുകളല്ല.

ഇതൊരു വിചിത്രമായ പ്രതിഭാസമായിരിക്കുന്നു. മനുഷ്യർ ഇത്രമാത്രം വൈരുദ്ധ്യങ്ങളിൽ ജീവിക്കുന്നതിനുള്ള ലളിതമായ കാരണമെന്തെന്നാൽ നല്ലതും സുന്ദരവുമായ കാര്യങ്ങൾ ആഗ്രഹിക്കുക വളരെ എളുപ്പമാണ്, എന്നാൽ അവ പ്രാവർത്തികമാക്കുക തികച്ചും വ്യത്യസ്തമായ മറ്റൊരു കാര്യമത്രേ. സ്വപ്നം കാണൽ ഒരു കാര്യം, ആ സ്വപ്നത്തെ യാഥാർത്ഥ്യമാക്കൽ മറ്റൊരു കാര്യവുമാണ്.

സ്വപ്നങ്ങൾ എല്ലാവർക്കുമാകാം, സ്വപ്നാടനം ചെയ്യുമ്പോൾ നിങ്ങൾക്കെത്ര മനോഹരമായ സ്വപ്നങ്ങളും കാണാം. പക്ഷെ സ്വപ്നങ്ങൾ സ്വപ്നങ്ങൾ തന്നെയാണ്: നിങ്ങൾ ഉണർന്നു കഴിയുമ്പോൾ അവ നിങ്ങളുടെ യാഥാർത്ഥ്യത്തെ ഒരു അണുവിടയിൽ പോലും മാറ്റം വരുത്തിയിട്ടുണ്ടാവില്ല - യാഥാർത്ഥ്യം അതേപോലെ നിലനിൽക്കുന്നുണ്ടായിരിക്കും, മനുഷ്യൻ വിഘടിതനായിത്തീരുകയും ചെയ്യുന്നു: അവൻ ദൈവികതയെക്കുറിച്ചും സമാധാനത്തെക്കുറിച്ചും പ്രേമത്തെക്കുറിച്ചുമെല്ലാം നല്ല കാര്യങ്ങൾ സ്വപ്നങ്ങൾ കാണുന്നു; യുദ്ധത്തിന് വേണ്ടി, നശീകരണത്തിനു വേണ്ടി, അക്രമത്തിനുവേണ്ടി തയ്യാറെടുക്കുകയും ചെയ്യുന്നു.

യഥാർത്ഥ സമാധാന പ്രേമിയായ മനുഷ്യന് ഒരു ആന്തരികപരിവർത്തനത്തിലൂടെ കടന്നു പോകേണ്ടിവരും, അപ്പോൾ മാത്രമേ ആ സ്വപ്നം യാഥാർത്ഥ്യമായിത്തീരുകയുള്ളു. നിങ്ങളുടെ ആക്രമണോത്സുകമായ ഊർജ്ജങ്ങളെ സമാധാനപരമായ ഊർജ്ജങ്ങളാക്കി പരിവർത്തിപ്പിക്കുന്ന രാസവിദ്യയാണ് ധ്യാനം. അത് നിങ്ങളുടെ അക്രമവാസനയെ പ്രേമമായി പരിവർത്തിപ്പിക്കുന്നു. അവ രണ്ടും വ്യത്യസ്തങ്ങളല്ല, അവ ഒരേ ഊർജ്ജമാകുന്നു. നമുക്ക് ഊർജ്ജങ്ങളുണ്ട്, എന്നാൽ നമ്മളാരും മുതിർന്നവരായി കഴിഞ്ഞിട്ടില്ല. അതിനാൽ ഊർജ്ജങ്ങൾ അങ്ങുമിങ്ങും ചിതറി പോകുന്നു. ധ്യാനം വളർച്ചയുടെ പ്രക്രിയയാകുന്നു.

## പ്രഭാതമനനം

ജീവിതം ഒരു ദിവ്യാത്ഭുതമാകുന്നു. വാസ്തവത്തിൽ അതിനൊരു വിശദീകരണവുമില്ല, എന്തിനു വേണ്ടിയാണതതെന്നതിനെക്കുറിച്ച്. ഒരു തത്വചിന്തകനോ, ദൈവശാസ്ത്രജ്ഞനോ, ഒരു ശാസ്ത്രജ്ഞനുപോലുമോ എന്തിനുവേണ്ടിയാണ് ജീവിതം നിലനിർത്തുന്നതെന്ന അടിസ്ഥാനപരമായ കാര്യത്തെക്കുറിച്ച് ഇന്നോളം വിശദീകരിക്കുവാനായിട്ടില്ല. എന്നെങ്കിലുമത് വിശദീകരിക്കുവാൻ കഴിയുമെന്ന് ഞാൻ കരുതുന്നുമില്ല; ആ നിഗൂഢത അങ്ങനെതന്നെ നിലനിൽക്കും. ആ നിഗൂഢതയെ ഗൂഢമല്ലാതാക്കുവാൻ കഴിയില്ല, കാരണം അത് കൂടുതൽ അറിയുന്നതിന്റെ പ്രശ്നമല്ല; വാസ്തവത്തിൽ ജീവിതം ഒരു നിഗൂഢത പോലുള്ള എന്തോ ഒന്നാണ്. അത് നിലനിൽക്കേണ്ടതല്ല, എന്നാലത് നിലനിൽക്കുന്നു.

പനിനീർ പൂക്കളുടെയും താമര പൂക്കളുടെയും ആയിരമായിരം മറ്റു പൂക്കളുടെയും ആവശ്യമെന്ത്? അതിന് ആത്യന്തികമായി ഒരു ആന്തരികാവശ്യമുള്ളതായി തോന്നുന്നില്ല. അവയില്ലായിരുന്നെങ്കിലും ഒന്നും നഷ്ടപ്പെടാനില്ലായിരുന്നു. നമ്മൾ ഇവിടെ ഇല്ലായിരുന്നെങ്കിലും, ഈ ഭൂമി സൂര്യനു ചുറ്റും കറങ്ങിക്കൊണ്ടേയിരുന്നേനെ, നമ്മളെക്കുറിച്ച് യാതൊരു വേവലാതിയും കൂടാതെ. അസ്തിത്വം അതേപടി തുടർന്നേനെ. നക്ഷത്രങ്ങൾ അവിടെ തന്നെ ഉണ്ടായിരുന്നേനെ, ചന്ദ്രനുദിക്കുകയും വൃക്ഷങ്ങൾ വളരുകയും മറ്റെല്ലാ കാര്യങ്ങളും അതേ പോലെ സംഭവിക്കുകയും ചെയ്തേനെ. എന്നാൽ ജീവിതം സംഭവിക്കപ്പെട്ടിരിക്കുന്നു - ജീവിതം മാത്രമല്ല അവബോധവും. ഇതെല്ലാം ദിവ്യാത്ഭുതങ്ങൾക്കപ്പുറം ദിവ്യാത്ഭുതങ്ങൾ തന്നെ.

## പ്രദോഷമനനം

ഇന്നോളവും മനുഷ്യസമൂഹം കാഠിന്യത്തെ പുകഴ്ത്തിക്കൊണ്ടിരുന്നു, പ്രത്യേകിച്ചും പുരുഷ നിൽ. നൂറ്റാണ്ടുകളായി പുരുഷൻ ഒരു ആൺ മേധാവി പന്നിയായിരുന്നു! അക്രമോത്സുകമായ, ക്രൂരമായ, ഹിംസാത്മകമായ, യുദ്ധപരമായ എല്ലാറ്റിനെയും അവൻ പുകഴ്ത്തിക്കൊണ്ടിരുന്നു. മാത്രമല്ല സ്ത്രൈ ണമായ എല്ലാറ്റിനെയും അഭിധ്വംസിക്കുകയും ചെയ് തു.

ഇതുമൂലമാണ് ഒരു വലിയ പ്രശ്നം ഉയർന്നുവ ന്നിരിക്കുന്നത്. പ്രശ്നമിതാണ്: സുന്ദരമായിട്ടുള്ള തെല്ലാം സ്ത്രൈണമാണ്, നിങ്ങൾ സ്ത്രൈണതയെ അഭിധ്വംസിക്കുകയാണെങ്കിൽ, അപ്പോൾ സുന്ദരമായ തെല്ലാം ഈ ഭൂമുഖത്തുനിന്നപ്രത്യക്ഷമാകും. അങ്ങ നെ സുന്ദരമായതിനെ നശിപ്പിക്കുവാനായി നാം ഒരു പാട് പോരാടിയിരിക്കുന്നു. വിരൂപം സുന്ദരത്തിനു മേൽ ആധിപത്യം ചുമത്തിയിരിക്കുന്നു; മൃദുവിനെ തിരെ കഠിനം പുകഴ്ത്തപ്പെട്ട് പോരുന്നു.

ലാവോത്സു പറയുന്നു, ‘‘ഒരു പാറയെപ്പോലെ പരുഷമാവാതിരിക്കുക, ജലം പോലെ മൃദുവായിരി ക്കുക.’’ തന്റെ ജീവിതശൈലിയെ അദ്ദേഹം ജലധാ രാമാർഗ്ഗമെന്ന് വിളിക്കുന്നു. കൂടാതെ അദ്ദേഹം പറയുന്നു, ‘‘ആത്യന്തികമായി മൃദു കഠിനത്തിനുമേൽ വിജയം വരിക്കും, ഒരു ദിനം പാറ അപ്രത്യക്ഷമാകും. ജലം അതിനുമേൽ വീണുകൊണ്ടേയിരിക്കട്ടെ. അങ്ങനെ ആ പാറ പൂഴിയായി മാറട്ടെ.’’ നിശ്ചയമാ യും, അത് സംഭവിച്ചു കൊണ്ടിരിക്കുന്നത് ഇപ്പോൾ നിങ്ങൾക്ക് കാണാനാവില്ല, അതിന് സമയമെടുക്കും. പക്ഷെ പാറയ്ക്ക് ജലത്തെ നശിപ്പിക്കുവാനാവില്ല. അതിനായി ഒരുവനൊരൽപ്പം ആഴത്തിലുള്ള ഉൾ ക്കാഴ്ച വേണ്ടതുണ്ട് - കുറച്ചു കൂടി ദീർഘമായ ഒരു

വീക്ഷണം, കുറേക്കൂടി വിശാലമായ ഒരു കാഴ്ചപ്പാട്. എന്നാൽ നമ്മളെല്ലാം വളരെയേറെ ഹ്രസ്വദൃഷ്ടികളാണ്. നാം അത്രദൂരം മാത്രമേ കാണുന്നുള്ളൂ. ഈ ഹ്രസ്വദൃഷ്ടി കാരണം പാറയാണ്, വെള്ളമല്ല തെരഞ്ഞെടുക്കാൻ നല്ലതെന്ന് തോന്നപ്പെടുന്നു. യാഥാർത്ഥ്യത്തെ അതിന്റെ യഥാർത്ഥമായ, നിത്യതയുടെ കാഴ്ചപ്പാടിൽ കണ്ടിട്ടുള്ളവർ, അവർ പറയുന്നത് തികച്ചും വ്യത്യസ്തമായ ചിലതാണ്: മൃദുത്വമായിരിക്കട്ടെ നിങ്ങളുടെ വരദാനം.

## പ്രഭാതമനനം

പ്രഭാതത്തിൽ സൂര്യൻ ഉദിച്ചുയരാൻ തുടങ്ങുമ്പോൾ, അപ്പോൾ അവിടെ സംഗീതവും നൃത്തവും ആഘോഷവും ഉണ്ടായിരിക്കണം - പക്ഷികൾ പാടുന്നതുപോലെ, നൃത്തം ചെയ്യുന്നതുപോലെ, വൃക്ഷങ്ങൾ കാറ്റിൽ ഉലയുന്നതുപോലെയും, എല്ലാവരും ആനന്ദനൃത്തം ആടുന്നതും പോലെ. സൂര്യൻ ചക്രവാളത്തിലേക്ക് എത്തുന്നതിനുവേണ്ടി എല്ലാവരും കാത്തിരിക്കുന്നു, അപ്പോൾ പൊടുന്നനെ അതാ സൂര്യൻ എത്തുന്നു. അതൊരു മഹത്തായ സ്വാഗത ഗാനമാണ്. ഏറ്റവും മനോഹരമായ ഒരു ഗാനം. കാരണം അത് ആ ദിവസത്തിന്റെ ആരംഭമാണ്. ഒരു പുതുദിനത്തിന്റെ ആരംഭം, ഒരു പുതുജന്മം.

പൂർവ്വദേശത്ത് നാം കരുതിവരുന്നത് ഓരോ ദിവസവും രാത്രിയിൽ ഉറങ്ങുന്നത് ഒരു കൊച്ചുമരണമാണെന്നാണ്. അതങ്ങനെ തന്നെയാണ്, കാരണം ഉറക്കത്തിൽ നിങ്ങൾ ആരെന്നതിനെക്കുറിച്ച് നിങ്ങൾ പൂർണ്ണമായും മറക്കുന്നു. നിങ്ങളുടെ ഉറക്കത്തിൽ നിങ്ങൾ മരണപ്പെടുകയാണെങ്കിൽ എപ്പോഴാണ് മരിച്ചതെന്ന് നിങ്ങൾ അറിയുകയേയില്ല. അഥവാ നിങ്ങൾ ജീവിച്ചിരുന്നുവെന്നുപോലും നിങ്ങൾ അറിയുകയില്ല. അതിനാൽ ഉറക്കം ഒരു കൊച്ചുമരണമാണ്, ഒരു മിനിമരണം.

ഓരോ പ്രഭാതവും ഓരോ മിനി ജന്മവുമാണ്, ഒരു പുതുജന്മം. നിങ്ങൾ ഈശ്വരനെ സ്തുതിക്കേണ്ടതുമുണ്ട് - അവൻ നിങ്ങൾക്ക് മറ്റൊരു ദിനം നൽകിയിരിക്കുന്നു! നമ്മൾ അതിനർഹരല്ല, നാം ഇന്നലെ നശിപ്പിച്ചു, എല്ലാ ഇന്നലെകളെയും, എന്നിട്ടും അവൻ അത്ര ഔദാര്യമതിയാണ്: അവൻ നമുക്ക് ഒന്നുകൂടി ശ്രമിച്ചു നോക്കുവാനായി, ജീവിച്ചുനോക്കുവാനായി, ആഹ്ലാദിക്കുവാനായി, സമ്പൂർണ്ണനായിരിക്കുവാനായി, ഒരവസരം കൂടി നൽകിയിരിക്കുന്നു.

ഇന്നാആവശ്യമായിട്ടുള്ള ഏറ്റവും അവശ്യമായ കാര്യം നവമാനവന്റെ ആരംഭമാണ്. പഴയത് കഴിഞ്ഞുപോയിരിക്കുന്നു, അതിന്റെ പണി പൂർത്തിയായിരിക്കുന്നു, പഴമ ക്ഷീണിതമായിരിക്കുന്നു, അവശമായിരിക്കുന്നു, ഉപയോഗിക്കപ്പെട്ടു കഴിഞ്ഞിരിക്കുന്നു. നമ്മൾ വെറുതെ എങ്ങനെയോ ആ പഴയ ശവവും പേറി നടക്കുകയാണ്. അതിനെ ചിതയിലെരിക്കേണ്ടതാവശ്യമാണ്. അതിനൊരു അവസാന യാത്രയയപ്പ് നൽകേണ്ടതുണ്ട്. നാം അതിനോട് വിട ചൊല്ലുകയും അങ്ങനെ പുതിയതിനെ സ്വാഗതം ചെയ്യുവാൻ നമുക്ക് സാധിക്കുകയും വേണ്ടതുണ്ട്.

ധ്യാനം നിങ്ങളെ ഒരു പുതുജന്മത്തിന്റെ, ഒരു ആന്തരികജന്മത്തിന്റെ, ആരംഭത്തിലേക്ക് കൊണ്ടുവരുന്നു. അതാന്തരികപ്രഭാതത്തിന്റെ ആരംഭമാണ്. ധ്യാനത്തിലൂടെ മാത്രമേ ഒരുവന് തന്റെ ഉറക്കത്തിൽ നിന്ന് പുറത്തേക്ക് വരുവാനും പുതുദിനത്തിലേക്ക് പ്രവേശിക്കുവാനും സാധിക്കുന്നുള്ളൂ. കാരണം, ധ്യാനത്തിലൂടെ മാത്രമേ ഒരുവന് ജാഗരണം പ്രാപിക്കുവാൻ സാധിക്കൂ.

# 18

## പ്രദോഷമനനം

താഴ്മ ദൈവികമായ ഗുണവിശേഷങ്ങളിൽ, ഏറ്റവും ദൈവികമായ ഗുണവിശേഷങ്ങളിൽ ഒന്നത്രേ. കാരണം താഴ്മയിൽ വർത്തിക്കുവാൻ ഒന്നാമതായി വേണ്ടത് അഹംബോധത്തെ വിട്ടുകളയലാണ് - അഹംബോധം ഒരിക്കലും താഴ്മയുള്ളതല്ല. അഹംബോധം എപ്പോഴും ആക്രമണോത്സുകമാണ്, അതിന് താഴ്മയുള്ളതാകാനാവില്ല, ഒരിക്കലും എളിമയുള്ളതാകാനാവില്ല. എളിമയോടെ വർത്തിക്കുക അതിനെ സംബന്ധിച്ചസാദ്ധ്യമാണ്. എളിമയുള്ളതാവുകയാണെങ്കിൽ അതിന്റെ മുഴുവൻ പദ്ധതികളും ഉടഞ്ഞുപൊടിയാകും. എന്നാൽ അസ്തിത്വത്തിലേക്കെത്തുവാനുള്ള മാർഗ്ഗം താഴ്മയുള്ളതുമാണ്, എളിമയുള്ളതാണ്. ഒരുവൻ ഒരു പാറയെന്നതിനേക്കാളേറെ ജലസമാനനായിരിക്കണം. കൂടാതെ എപ്പോഴും ഓർത്തിരിക്കുക: ദീർഘവീക്ഷണത്തിൽ ജലം പാറയ്ക്കുമേൽ വിജയിയായിത്തീരുന്നു.

## പ്രഭാതമനനം

പ്രഭാതം ഒരിക്കലും അതിവിദൂരമല്ല; ഹൃദയം തുറക്കുകയും ഒരു സ്വാഗതഗാനം പാടുകയും മാത്രമേ ആവശ്യമുള്ളു, അപ്പോഴേക്കും അതാ അതവിടെയുണ്ട്. നിങ്ങൾ നിങ്ങളുടെ ഹൃദയം തുറന്ന് പാടുന്നതും കാത്തിരിക്കുകയാണത്. നിങ്ങൾ ആനന്ദനൃത്തമാടുവാൻ തുടങ്ങുന്ന നിമിഷം സൂര്യന് ചക്രവാളത്തിലേക്കുയർന്നു വരാനുള്ള അഭിവാഞ്ഛ ഉതുക്കി നിർത്താനാവില്ല.

ചിലപ്പോൾ എനിക്ക് തോന്നാറുണ്ട്, ഒരു ദിനം എല്ലാ പക്ഷികളും പാടുന്നില്ല എന്നൊരു തീരുമാനമെടുത്താൽ, അന്ന് സൂര്യൻ ഉദിക്കുകയില്ലെന്ന്. എന്തിന് വേണ്ടി? എല്ലാ വൃക്ഷങ്ങളും തങ്ങളുടെ പൂക്കളെ വിടർത്തുന്നില്ലെന്ന് തീരുമാനിക്കുകയാണെങ്കിൽ, ''ആദ്യം സൂര്യൻ വരട്ടെ, എന്നിട്ടാകാം'' എന്ന് അവ തീരുമാനിക്കുകയാണെങ്കിൽ, സൂര്യൻ വരികയില്ല. ഒരു ആന്തരിക ബന്ധം അവിടെ ഉണ്ടായിരിക്കണം, അതൊരു ഒരുവശം മാത്രമുള്ള ഇടപാടായിരിക്കുവാൻ സാധ്യമല്ല. സൂര്യൻ ഉദിക്കുമ്പോൾ പുഷ്പങ്ങൾ വിടരുകയും, പക്ഷികൾ പാടുകയും ചെയ്യുന്നു എന്നതു മാത്രമല്ല - അങ്ങനെയല്ല. നേരെ തിരിച്ചും ശരി തന്നെയാണ്: പുഷ്പങ്ങൾ വിടരുകയും, പക്ഷികൾ പാടുകയും ചെയ്യുന്നതോടെ സൂര്യൻ ഉദിച്ചുയരുന്നു. അതൊരു ദ്വിമാർഗ്ഗ ഇടപാടായിരിക്കണം.

ജീവിതം എപ്പോഴും പരസ്പരാശ്രിതമാണ്. കവികൾക്കതനുഭവപ്പെട്ടിട്ടുണ്ട്. ടെന്നിസൺ പറഞ്ഞു, ''എനിക്ക് ഒരൊറ്റ പുഷ്പത്തെയെങ്കിലും, അതിന്റെ അടിവേരടക്കം, മനസ്സിലാക്കുവാൻ കഴിഞ്ഞിരുന്നുവെങ്കിൽ, അപ്പോൾ എനിക്ക് ഈ പ്രപഞ്ചത്തെ മുഴുവൻ മനസ്സിലാക്കുവാൻ കഴിഞ്ഞേനെ.'' അദ്ദേഹം

ശരിയുമാണ് - എന്നാൽ ഇത് കവികളുടെ ഒരു തോന്ന ൽ മാത്രമായിരുന്നു. ഋഷീശ്വരന്മാർ അത് കണ്ടിരി ക്കുന്നു, അനുഭവിച്ചറിഞ്ഞിരിക്കുന്നു.

## പ്രദോഷമനനം

നിങ്ങളുടെ ജീവിതം കരുണാപരമായിത്തീരുന്നുവെങ്കിൽ നിങ്ങളൊരു ആന്തരികപരിവർത്തനത്തിലൂടെ കടന്നുപോയിക്കഴിഞ്ഞു എന്നതിനുള്ള തെളിവാണത്, മൂർത്തമായ തെളിവ്. എല്ലാ സംഘർഷങ്ങളും അപ്രത്യക്ഷമായിരിക്കുന്നു, ഇപ്പോഴവിടെ തികഞ്ഞ ശാന്തതയാണ്, തികഞ്ഞ നിശ്ശബ്ദതയാണ്, തികഞ്ഞ സമാധാനമാണ്. നിങ്ങൾ സ്വഭവനത്തിൽ എത്തിച്ചേർന്നിരിക്കുന്നു. കാരുണ്യം ആ പ്രതീകമായിതീരുന്നു, ആ ഉരകല്ല്, നിങ്ങളുടെ സത്തയുടെ ആന്തരികമായ അകക്കാമ്പിലെന്താണോ സംഭവിച്ചിട്ടുള്ളത്, അതിന്റെ അഭിവ്യജ്ഞനം. ധ്യാനം ഉള്ളിൽ സംഭവിക്കുന്നു, കരുണ അതിന്റെ ബാഹ്യപ്രകടനമാകുന്നു, അതിന്റെ അഭിവ്യജ്ഞനം. ഒരാൾക്കും മറ്റൊരാളുടെയും ധ്യാനാത്മകതയെ കാണുവാൻ കഴിയില്ല, എന്നാൽ എല്ലാവർക്കും ആ വ്യക്തിക്കു ചുറ്റുമുള്ള കരുണ, ആ പ്രേമം കാണുവാൻ കഴിയും. അവൻ പ്രേമമായിത്തീരുന്നു, അവൻ കരുണയായിത്തീരുന്നു. ധ്യാനത്തിലേക്കാആഴത്തിൽ പോവുക, അങ്ങനെ കരുണയെ സാക്ഷാൽക്കരിക്കുവാനാകും. അത് ജീവിതത്തിന്റെ ആത്യന്തികസത്യമാകുന്നു.

### പ്രഭാതമനനം

ആന്തരികസംഗീതത്തിന് ഒരു വിചിത്രസ്വഭാവമുണ്ട്. ബാഹ്യസംഗീതത്തിന് ഒരു ഉപകരണം ആവശ്യമാണ്, ഒരു ദ്വന്ദാത്മകത ആവശ്യമാണ് - ഗായകനും ഉപകരണവും. ആന്തരികസംഗീതത്തിന് ദ്വന്ദാത്മകതയുടെ ആവശ്യമില്ല - ഗായകൻ തന്നെയാണ് ഗാനവും, ഗായകൻ തന്നെയാണ് ഉപകരണവും, ഗായകൻ തന്നെ എല്ലാം. അവിടെ വിഭജനമൊന്നുമില്ല. ആന്തരിക സംഗീതമെന്നാൽ നിശ്ശബ്ദത എന്നർത്ഥം, നിശ്ശബ്ദതയുടെ ശബ്ദം.

നിശ്ശബ്ദതയ്ക്ക് അതിന്റേതായ സംഗീതമുണ്ട്. തലയിൽ നിന്നുള്ള എല്ലാ ശബ്ദങ്ങളും ഉപേക്ഷിച്ചിട്ടുള്ളവർക്ക് മാത്രമേ അത് കേൾക്കുവാൻ കഴിയൂ. തലയാലല്ല, ഹൃദയത്തിൽ നിന്ന് കൊണ്ടുമാത്രമേ അത് കേൾക്കുവാൻ കഴിയൂ. തലയുള്ളവനായ വ്യക്തിക്ക് അത് നഷ്ടമായിക്കൊണ്ടേയിരിക്കും. ഹൃദയപൂർണ്ണനായ, പ്രേമപൂർണ്ണനായ വ്യക്തിക്കു മാത്രമേ ആ സംഗീതം കേൾക്കുവാൻ കഴിയൂ.

നിങ്ങളെ അപ്പുറം പോകുവാൻ സഹായിക്കുന്ന സംഗീതം ഇതാണ്. അതൊരു മാരിവിൽ പാലമായിത്തീരുന്നു. മനസ്സുകൊണ്ട് നിങ്ങൾക്കതിനെ പിടിച്ചെടുക്കാനാവില്ല, മനസ്സുകൊണ്ടത് ഗ്രഹിക്കുവാനാവില്ല. മനസ്സ് മാറ്റിവെയ്ക്കപ്പെടണം, പൂർണ്ണമായും മാറ്റിവെയ്ക്കപ്പെടണം. അപ്പോൾ പൊടുന്നനെ അതാ, അതവിടെയുണ്ട്. അതാണ് ധ്യാനത്തിന്റെ മുഴുവൻ കലയും, മനസ്സിനെ പതുക്കെ പുറത്തേക്ക് മാറ്റിവെക്കലും ആന്തരികസംഗീതത്തിലേക്ക് എത്തിച്ചേരലും, ആന്തരികത്തിന്റെ ഏകാത്മക ലോകത്തിനോടു പൊരുത്തപ്പെട്ടവനായിത്തീരൽ. നിങ്ങൾക്കതിനെ ദൈവാനുഭവമെന്നോ, താവോ, സത്യം, ധമ്മം, എന്നെല്ലാമോ വിളിക്കാം. വാസ്തവത്തിലത് ആത്യന്തികസംഗീതത്തിന്റെ അനുഭവമല്ലാതെ മറ്റൊന്നുമല്ല.

## 20

### പ്രദോഷമനനം

കൂടുതൽ കൂടുതൽ നിശ്ശബ്ദനാകുവാൻ പഠിക്കുക. കൂടുതൽ കൂടുതൽ നിശ്ചലനാകുവാൻ പഠിക്കുക. നിശ്ശബ്ദതയെയും നിശ്ചലതയെയും ആസ്വദിക്കുക. ആ പരമമായ അതിഥിയ്ക്കു വേണ്ടിയുള്ള പ്രാഥമികമായ തയ്യാറെടുപ്പുകളാണവ. നിങ്ങൾ പ്രൗഢമായ നിശ്ശബ്ദതയിൽ വർത്തിക്കുമ്പോൾ നിങ്ങൾ ദൈവികതയുടെ ആതിഥേയത്വം വഹിക്കുവാൻ പ്രാപ്തനാകുന്നു.

## പ്രഭാതമനനം

ഒരു പുഷ്പത്തെ സൂര്യപ്രകാശമേൽക്കാത്ത, വായുസഞ്ചാരമില്ലാത്ത, ഒരു മുറിയിൽ ഒളിപ്പിച്ചു വെച്ചിരുന്നാൽ, നിങ്ങൾ കരുതുന്നുണ്ടാവാം, നിങ്ങളതിനെ സംരക്ഷിക്കുകയാണെന്ന്; എന്നാൽ നിങ്ങളതിനെ കൊല്ലുകയാണ്, നിങ്ങളൊരു കൊലപാതകം നടത്തുകയാണ് ചെയ്യുന്നത്. തീർച്ചയായും നല്ലതു കരുതി തന്നെയാണ് നിങ്ങളതു ചെയ്യുന്നത്; അത് പുഷ്പത്തിന്റെ നന്മയ്ക്കുവേണ്ടി തന്നെയാണ്, കാരണം പുറത്ത് കാറ്റുണ്ട്, മഴയുണ്ട്, നല്ല വെയിലുണ്ട്, നിങ്ങൾക്ക് ആ ലോലമായ മുകുളത്തെ സംരക്ഷിക്കണമെന്നുണ്ട്. ആ മുകുളം ഒരു പുഷ്പമായി ത്തീരുവാൻ വേണ്ടിയാണ് നിങ്ങളതിനെ നിങ്ങളുടെ കിടപ്പറയിൽ ഒളിപ്പിച്ചു വെയ്ക്കുന്നത്, നിങ്ങൾ വാതിലുകളും ജനലുകളും, എല്ലാം അടയ്ക്കുന്നു. അത് മരിക്കുകയും ചെയ്യുന്നു.

എന്നാലതിന് വിടരുവാൻ കഴിയുന്നത് അത് സൂര്യനുമായി കൂട്ടിയിണക്കപ്പെടുമ്പോൾ മാത്രമാണ്, അതിന് ഇളംകാറ്റിൽ നൃത്തം ചെയ്യാൻ കഴിയുമ്പോൾ മാത്രമാണ്. ചാറ്റൽ മഴയെ ആസ്വദിക്കുകയും നക്ഷത്രങ്ങളുമായി ഒരു സംവാദം സാധ്യമാവുകയും ചെയ്യുമ്പോൾ മാത്രമാണതിന് വിടരുവാൻ കഴിയുന്നത്. അത് സമ്പൂർണ്ണതയുടേതാണ്; സമ്പൂർണ്ണതയുമായി രൂഢമൂലമായ ഒരു ബന്ധമുണ്ടാവുമ്പോൾ മാത്രമേ അതിന് വിടരുവാൻ കഴിയുകയുള്ളു.

മനുഷ്യൻ ഒരു മുകുളമായി നിലകൊള്ളുന്നു, അവന്റെ പരമാനന്ദം ഒരു മുകുളം മാത്രമായി അവശേഷിക്കുന്നതിനുള്ള ലളിതമായ കാരണമിതാണ്: അവൻ തന്റെ സുരക്ഷയെക്കുറിച്ച് അമിതമായി പരിചിന്തനം നടത്തുന്നു, അപകടങ്ങളെക്കുറിച്ച് അവൻ ഭയാലുവായിരിക്കുന്നു, അരക്ഷിതത്വത്തെ,

അപകടസാധ്യതയെ അവൻ ഭയപ്പെടുന്നു. അതുകൊണ്ടവൻ ഒരു നിശ്ചിത അതിർത്തിക്കുള്ളിൽ, സംരക്ഷിത ഭിത്തികൾക്കുള്ളിൽ സ്വയം കൊട്ടിയടച്ച് ജീവിക്കുന്നു. ഇങ്ങിനെയാണ് അവൻ ഒരു തടവുകാരനായിത്തീരുന്നത്.

ജീവിതം അരക്ഷിതത്വമായിട്ടുമാത്രമേ ജീവിക്കാൻ കഴിയൂ, അപകടകരമായി മാത്രമേ അതിനെ ജീവിക്കുവാൻ കഴിയൂ- മറ്റൊരു മാർഗ്ഗവുമില്ല.

എന്നാൽ സുരക്ഷിതത്വത്തിന്റെ പേരിൽ വിടരുവാനുള്ളവസരം നാം നഷ്ടപ്പെടുത്തുകയാണ്. മരണഭയം മൂലം നമുക്ക് അമരത്വത്തെ നഷ്ടമാകുന്നു. ആ അപകടത്തെ അതേപടി സ്വീകരിക്കുകയും അതിലേക്കിറങ്ങി ചെല്ലുകയും അതിൽ അഭിരമിക്കുകയും, ഒരു സാഹസികതയെന്നോണം അതിനെ ആസ്വദിക്കുകയും ചെയ്യുകയാണെങ്കിൽ, അപ്പോൾ ജീവിതം പരമാനന്ദമാകുന്നു. ഈ സാഹസിക ആത്മാവുകൾ മാത്രമാണ് ദൈവമാരെന്ന് അറിഞ്ഞിട്ടുള്ളത്. ഞാൻ സാഹസിക ജീവിതം പഠിപ്പിക്കുന്നു; ധീരത, അപകടസാധ്യത ഏറ്റെടുക്കൽ, സജീവമായി ജീവിക്കൽ, അതാണ് ഞാൻ പഠിപ്പിക്കുന്നത്.

### പ്രദോഷമനനം

നിങ്ങളുടെ മതം ഭയത്തിൽ നിന്നുളവാകേണ്ടതല്ല, മറിച്ചത് പ്രേമത്തിൽ നിന്നുയർന്നു വരേണ്ടതാണ്. നരകത്തെക്കുറിച്ച് ഭയപ്പെടാതിരിക്കുക- അങ്ങിനെ ഒരു നരകമില്ല, ഒരിക്കലും ഉണ്ടായിരുന്നിട്ടില്ല. പുരോഹിതന്മാർ മനുഷ്യരാശിയെ ചൂഷണം ചെയ്യുവാൻ വേണ്ടി സൃഷ്ടിച്ച ഒരു കെട്ടുകഥയാണത്; നൂറ്റാണ്ടുകളായി അവർ മനുഷ്യരാശിയെ ചൂഷണം ചെയ്തിട്ടുമുണ്ട്.

അതുപോലെ അങ്ങനെ ഒരു സ്വർഗ്ഗവുമില്ല.......

അതേ, ഒരു പ്രത്യേകതരം സ്വർഗ്ഗവും നരകവുമുണ്ട്, എന്നാലത് മനഃശാസ്ത്രപരമാണ്, നിങ്ങൾക്കുള്ളിലാണ്. അതിനേതെങ്കിലും ഒരു സ്ഥലവുമായി ഒരു ബന്ധവുമില്ല, ഭൂമിക്കടിയിലോ ആകാശത്തിനു മുകളിലോ ഒന്നുമല്ല, അത് ഭൂമിശാസ്ത്രപരമല്ല. സ്വർഗ്ഗ നരകങ്ങളക്കുറിച്ചുള്ള ആശയം ഉപേക്ഷിക്കുക- മതത്തിന് അത്തരം അസംബന്ധങ്ങളുമായി യാതൊരു ബന്ധവുമില്ല. ദൈവത്തെ ഒരു വ്യക്തിയായി കാണുന്ന ആശയം ഉപേക്ഷിക്കുക. ദൈവത്തെ പിതാവെന്ന് സംബോധന ചെയ്യുന്നതുതന്നെ കേവലം നിങ്ങളുടെ ഭയത്തെ ഉയർത്തി വിടുന്നതിനു വേണ്ടിയാണ്, കാരണം ഓരോ കുട്ടിയ്ക്കും തുടക്കം മുതൽതന്നെ തന്റെ പിതാവിനെ ഭയമാണ്. ഒരു വ്യക്തി എന്ന നിലയിൽ ഒരു ദൈവമില്ല, സ്വർഗ്ഗത്തിൽ ഒരു പരമോന്നത പിതാവുമില്ല. ദൈവമെന്നാൽ കേവലം സമ്പൂർണ്ണമായ അസ്തിത്വം എന്നാണർത്ഥം. അത് ജീവിതത്തിനുള്ള മറ്റൊരു പേരാണ്. ജീവിതത്തെ സ്നേഹിക്കുക, ജീവിതത്തിന് സമർപ്പിതനാവുക, ജീവിതം കഴിയുന്നത്ര സമ്പൂർണ്ണമായി ജീവിക്കുക. ഒന്നും പിന്നോട്ടു പിടിച്ചു വെക്കാതെ നിങ്ങളെ സ്വയം

ജീവിതത്തിനായി ദാനം ചെയ്യുക, അപ്പോൾ പരമാനന്ദം ഉയർന്നു വരുന്നു. ആ പരമാനന്ദത്തിന് ഒരാദിയുണ്ടെങ്കിലും ഒരന്ത്യമില്ല.

RNATION

## പ്രഭാതമനനം

ഞാൻ പഠിപ്പിക്കുന്നത് ഭയരാഹിത്യവും സ്വാതന്ത്ര്യവുമാണ്. ദൈവത്തെ അറിയുവാനാവശ്യമായ, പരമാനന്ദത്തെ അറിയുവാനാവശ്യമായ, സത്യത്തെ അറിയുവാനാവശ്യമായ ഏറ്റവും മഹനീയമായ ഗുണവിശേഷമാണ് ഭയത്തിൽ നിന്നുള്ള സ്വാതന്ത്ര്യം.

അതിനാൽ തുറസ്സിലേക്ക്, തുറന്ന ആകാശത്തിലേക്കിറങ്ങി വരിക. എല്ലാ ഭയങ്ങളും ഉപേക്ഷിക്കുക, എന്തുകൊണ്ടെന്നാൽ ആ ഭയങ്ങളെല്ലാം തെറ്റാണ്. ജീവിതത്തിന്റെ സാഹസികതയെ അതിന്റെ എല്ലാ ആപത്തുകളോടുംകൂടി, എല്ലാ അരക്ഷിതത്വങ്ങളോടുംകൂടി ആസ്വദിക്കുക. ഇതൊരു സുന്ദരമായ ജീവിതമാണ്: വാസ്തവത്തിൽ അത് സുന്ദരമായിരിക്കുന്നത് ആ ആപത്തുകളും അരക്ഷിതത്വങ്ങളും മൂലമാണ്.

പ്ലാസ്റ്റിക് പൂവിന് ഒരാപത്തുമില്ല, എന്നാൽ യഥാർത്ഥ പുഷ്പം എപ്പോഴും ആപത്തിലാണ്. എങ്കിലും പ്ലാസ്റ്റിക് പുഷ്പം ഒരു പുഷ്പമേയല്ല. ഒരേയൊരു ദിവസത്തേക്കു മാത്രം, പ്രഭാതം മുതൽ പ്രദോഷം വരെ മാത്രം, അതോടുകൂടി പൂവിന്റെ ദളങ്ങൾ കൊഴിഞ്ഞു വീഴുന്നു, എന്നാൽ ആ ഒരു ദിവസത്തേക്കു മാത്രമുള്ള ജീവിതം എന്തിനേക്കാളുമേറെ പ്രസക്തമാണ്. വെറുമൊരു ദിവസത്തേക്ക് തീവ്രമായും വികാരോജ്ജ്വലമായും ജീവിക്കുക എന്നത്, വെയിലത്ത്, ആകാശത്തിനു കീഴെ ജീവിക്കുക എന്നതുതന്നെ വേണ്ടത്രയാണ്. ഒരു പ്ലാസ്റ്റിക് പൂവായി ആയിരക്കണക്കിന് വർഷങ്ങൾ ജീവിക്കുന്നതിനേക്കാൾ എത്രയോ ഭേദമാണത്. അത് ജീവിതമേയല്ല. അത് ദൈർഘ്യത്തിന്റെ പ്രശ്നമല്ല, തീവ്രതയുടെ പ്രശ്നമാണ്.

ഒരുവൻ തന്റെ ജീവിതമാകുന്ന പന്തം ഒരേ സമയം രണ്ടറ്റത്തു നിന്നും കത്തിച്ചു പിടിക്കണം. അത് വെറുമൊരു നിമിഷനേരത്തേക്കു മാത്രമായിക്കൊള്ളട്ടെ,

എന്നാലതു  തികച്ചും സജീവമായിരിക്കട്ടെ. അത് നിങ്ങൾക്ക് ദൈവത്തിന്റെ രുചിയും നിത്യതയുടെ രുചിയും നൽകും.

## പ്രദോഷമനനം

ആന്തരിക യാത്രയിൽ, നേരത്തെ ഉള്ളിലേക്ക് നീങ്ങിയിട്ടുള്ളവർക്ക് മറ്റാർക്കു വേണ്ടിയും ഒരു കാലടിപ്പാടും അവശേഷിപ്പിക്കുവാൻ സാധ്യമല്ല. അതസാധ്യമാണ്, കാരണം ഓരോരുത്തരുടെയും ആന്തരിക ഭൂപ്രദേശം തികച്ചും വ്യത്യസ്തങ്ങളാണ്. അതിനാൽ ബുദ്ധന്റെ കാലടിപ്പാടുകൾക്ക് നിങ്ങളെ സഹായിക്കുവാനാവില്ല. കൂടാതെ നിങ്ങൾ അക്ഷരാർത്ഥത്തിൽ ബുദ്ധന്റെ കാലടിപ്പാടുകൾ പിന്തുടരുകയാണെങ്കിൽ നിങ്ങളൊരിക്കലും  നിങ്ങളെ കണ്ടെത്തുകയില്ല.

യേശുവിന്റെ ഭൂപടവും നിങ്ങളെ സഹായിക്കുവാൻ പോകുന്നില്ല. നിങ്ങൾക്കത് അക്ഷരാർത്ഥത്തിൽ പിന്തുടരാനാവില്ല. അതിന് വളരെ പരോക്ഷമായൊരു രീതിയിൽ നിങ്ങളെ സഹായിക്കുവാനാവും. ആന്തരികമായ ചില പ്രത്യേക സംഗതികളെക്കുറിച്ച് നിങ്ങളെ ബോധവാനാക്കുവാനതിന് കഴിയും, എന്നാലത് വളരെ അവ്യക്തമായ അർത്ഥത്തിൽ മാത്രമാണ്. അതിനു നിങ്ങൾക്ക് ഒരാത്മവിശ്വാസം ഉണ്ടാക്കിത്തരുവാൻ കഴിയും, ‘‘അതേ, അങ്ങനെ ഒരു ആന്തിരലോകം ഉണ്ട്, ഇക്കാര്യത്തിൽ സംശയമില്ല; ബുദ്ധൻ, യേശു, സരതുഷ്ട്രൻ, ലാവോത്സു, മഹാവീരൻ, കൃഷ്ണൻ, മുഹമ്മദ്..... ഈ  മഹാത്മാക്കളെല്ലാം നുണ പറയുവാൻ സാധ്യമല്ല- അത്തരം സുന്ദരാത്മാക്കൾ നുണ പറയുകയില്ല. അവരെല്ലാം കൂടി ഒരു ഗൂഢാലോചന നടത്തുക സാധ്യമല്ല, എന്തിനുവേണ്ടി? മാത്രമല്ല അവർ ഒരുമിച്ച് ഒരിക്കലും നിലവിലുണ്ടായിരുന്നിട്ടില്ല- അവർ ജീവിച്ചത് വ്യത്യസ്ത യുഗങ്ങളിലാണ്, വ്യത്യസ്ത രാജ്യങ്ങളിൽ- എന്നിട്ടും അവരെല്ലാം സംസാരിക്കുന്നത് ഏതാണ്ടൊരേ ഭാഷയിലാണ്.....’’

എന്നാൽ നിങ്ങൾക്കത് അതേപടി പിന്തുടരാനാവില്ല, കാരണം ബുദ്ധന്റ ആന്തരിക ഭൂപ്രദേശം വ്യത്യസ്തമായിരുന്നു. ഓരോ വ്യക്തിയും അദ്വിതീയനാണ്, നിങ്ങൾക്ക് തനിയെത്തന്നെ നിങ്ങളെ കണ്ടെത്തേണ്ടതായി വരും, അത്തരം അദ്വിതീയൻ. അതിനാൽ മഹത്തായ ധൈര്യം ആവശ്യമാണ്.

ഇതത്രെ ജീവിതത്തിലെ മഹത്തായ സാഹസികത. ഈ സാഹസികതയുമായി മുന്നോട്ടു പോകുന്നവൻ അനുഗൃഹീതനാകുന്നു.

## പ്രഭാതമനനം

ഓരോ സത്തയിലും പുറത്തേക്കു വമിക്കുവാനായി അഗാധമായൊരു മഹിമയുണ്ട്, പുറത്തു വിടാനായി മഹത്തായൊരു സൗരഭ്യമുണ്ട്. മനുഷ്യൻ കാഴ്ചയിൽ ചെറുതാണെങ്കിലും അവൻ ചെറുതല്ല. അവനിൽ അലയാഴികൾ അടങ്ങിയിട്ടുണ്ട്, പരമാനന്ദ സമുദ്രങ്ങൾ; അവനിൽ ആകാശങ്ങൾ അടങ്ങിയിരിക്കുന്നു, സ്വാതന്ത്ര്യ വിഹായസ്സുകൾ.

ആദ്ധ്യാത്മികാനുഭവം ഒരു അണുവിസ്ഫോടനം പോലെയാണ്: അണു വളരെ സൂക്ഷ്മമാണ്, എന്നാൽ വിസ്ഫോടനം ചെയ്യുമ്പോഴതു അതിബൃഹത്താണ്, എത്രയോ ഭയങ്കരം. ഒരുവന്റെ സ്വന്തം ആത്മീയാനുഭവം കൃത്യമായും അതുപോലെയാണ്. അതൊരു വിസ്ഫോടനമാകുന്നു, അവബോധാണുവിന്റെ വിസ്ഫോടനം. പൊടുന്നനെ നിങ്ങളെ സ്വയം സമ്പൂർണ്ണതയായി നിങ്ങൾ കാണുന്നു: അതിരുകളില്ലാതെ, അനന്തമായി. അതാണു നമ്മുടെ മഹത്വം- അതു സാക്ഷാത്കരിക്കേണ്ടതുണ്ട്. അതിന്റെ സാക്ഷാത്കാരം കൂടാതെ നമ്മുക്ക് സംതൃപ്തരാകാനാവില്ല.

# 23

## പ്രദോഷമനനം

ജീവിതം സംഗീതമാണ്, മനസ്സ് ശബ്ദവുമാണ്. ഈ ശബ്ദമുഖരിതമായ മനസ്സു കാരണം നമുക്ക് ജീവിതത്തിന്റെ സംഗീതം കേൾക്കുവാൻ കഴിയുന്നില്ല. മനസ്സിനെയും അതിന്റെ ശബ്ദങ്ങളെയും നിലപ്പിക്കുവാൻ കഴിയുന്നില്ലെങ്കിൽ നാമൊരിക്കലും ജീവിതത്തിന്റെ സുന്ദര സംഗീതം അറിയാനിടവരില്ല.

നേട്ടം കൊയ്യുന്ന മനസ്സു നിലയ്ക്കുമ്പോൾ, പരമാനന്ദമുണ്ട് ; നേട്ടം കൊയ്യുന്ന മനസ്സ് പ്രവർത്തിക്കുമ്പോൾ, പരമാനന്ദമില്ല. അതാണ് എല്ലാ മതങ്ങളുടേയും, ആദ്ധ്യാത്മിക ദർശനങ്ങളുടെയും, സമ്പൂർണ്ണമായ രഹസ്യം. ഈ ലളിതമായ രഹസ്യം മനസ്സിലാക്കുവാനൊരുവനു സാധിച്ചാൽ ജീവിതത്തിൽ കൂടുതൽ മനസ്സിലാക്കുവാനൊന്നുമില്ല. അതുതന്നെ മതി- ഇതൊരു മുഖ്യ താക്കോലാണ്.

## പ്രഭാതമനനം

ആരും പുതിയവനല്ല, എല്ലാവരും പ്രാചീന തീർത്ഥാടകന്മാരത്രെ. നാമെന്നും ഇവിടെ ഉണ്ടായിരുന്നു- വിവിധ രൂപങ്ങളിൽ, വിവിധ ശരീരങ്ങളിൽ, വിവിധ കാര്യങ്ങൾ ചെയ്തുകൊണ്ട്; എങ്കിലും നാമെല്ലാം ഇവിടെ ഉണ്ടായിരുന്നു, എന്നെന്നേയ്ക്കുമായി ഇവിടെ ഉണ്ടായിരിക്കുകയും ചെയ്യും. നമുക്ക് അസ്തിത്വത്തിൽ നിന്ന് അപ്രത്യക്ഷനാകുവാൻ യാതൊരു മാർഗ്ഗവുമില്ല. അസ്തിത്വത്തിൽ നിന്ന് യാതൊന്നിനെയും നശിപ്പിക്കുവാനാവില്ല, അതിലേക്ക് യാതൊന്നും കൂട്ടിച്ചേർക്കാനുമാവില്ല. അസ്തിത്വം എല്ലായ്പ്പോഴും കൃത്യമായും തുല്യമാണ്.

ഇപ്പോൾ ശാസ്ത്രംപോലും അംഗീകരിക്കുന്നുണ്ട്, നമുക്കൊന്നിനെയും നശിപ്പിക്കാനാവില്ല, ഒന്നും കൂട്ടിച്ചേർക്കാനുമാവില്ലെന്ന്: രൂപങ്ങൾ മാത്രമാണ് മാറുന്നത്. നദി തുടർന്നുകൊണ്ടേയിരിക്കുന്നു, തരംഗങ്ങൾ മാത്രമാണ് മാറുന്നത്. ചിലപ്പോൾ വലിയ തിരമാലകൾ, ചിലപ്പോൾ കുഞ്ഞോളങ്ങൾ, ചിലപ്പോൾ ഓളങ്ങളേയില്ല. എന്നാൽ നദി അതുതന്നെയാണ്. തിരമാലകളോടൊപ്പം - വലിയ തിരമാലകൾ, ചെറിയ തിരമാലകൾ, തിരമാലകൾ ഇല്ലാതെയും- അത് അതേ നദി തന്നെ.

ഈ ഉൾക്കാഴ്ച നിങ്ങളെ കാലത്തിനപ്പുറം കൊണ്ടുപോകുന്നു. കാലത്തിനപ്പുറം പോവുക എന്നുവെച്ചാൽ, ദുഃഖങ്ങൾക്കപ്പുറം പോകലാണ്. കാലരഹിതത്തെ അറിയുകയെന്നാൽ പരമാനന്ദത്തിന്റെ ലോകത്തിലേക്ക് പ്രവേശിക്കലാകുന്നു.

ഓർക്കുക, എന്നും നിലനിൽക്കുന്നതെന്താണോ, ഒരിക്കലും വരികയോ, ഒരിക്കലും പോവുകയോ ചെയ്യാത്തതെന്താണോ അതാണ് ദൈവം. അതാണ് നിങ്ങൾക്കുള്ളിലുള്ളത്. അതു തന്നെയാണ് മറ്റെല്ലാവരിലുമുള്ളത്.

## പ്രദോഷമനനം

സംഗീതം ദൈവികതയെന്ന അനുഭവത്തിന്റെ വളരെ അടുത്തെത്തുന്നു. കാരണം ദൈവികതയാണ് അസ്തിത്വത്തിന്റെ പരമമായ സംഗീതം. പ്രപഞ്ചത്തിൽ നിലനിൽക്കുന്ന സ്വരൈക്യത്തിന്റെ മറ്റൊരു പേരാണത്. നാം സംഗീതം എന്നു വിളിക്കുന്നത് അതിന്റെ വളരെ നേർത്ത ഒരു തുള്ളി മാത്രമാണ്. എന്നാൽ അതൊരു നേർത്ത തുള്ളിയാണെങ്കിലും അതിൽ സമുദ്രത്തിന്റെ മുഴുവൻ രഹസ്യവും അടങ്ങിയിട്ടുണ്ട്.

അതാണ് സംഗീതത്തിന്റെ ആകർഷണീയത: അതുനിങ്ങളിൽ ധ്യാനം വമിപ്പിക്കുന്നു, തടവറയിലൊതുക്കപ്പെട്ട മഹാസൗന്ദര്യത്തെ അതു പുറത്തേക്കു വിടുന്നു. നിമിഷനേരത്തേക്ക് തടവറയുടെ എല്ലാ ഭിത്തികളും അപ്രത്യക്ഷമാകുന്നു. നിമിഷനേരത്തേക്ക് നിങ്ങൾ മറ്റൊരു ലോകത്തിലേക്ക് ആവാഹിക്കപ്പെടുന്നു. ഒരു നിമിഷത്തേക്ക് നിങ്ങൾ സ്ഥലകാലങ്ങളെ അതിവർത്തിക്കുന്നു, നിങ്ങൾ അനന്തമായി, അതിർവരമ്പുകളില്ലാത്തതായിത്തീരുന്നു. അതാണ് തുടക്കം, അന്തമില്ലാത്തൊരു യാത്രയുടെ ആരംഭം.

സംഗീതം ആവിർഭവിച്ചത് അഗാധമായ ധ്യാനത്തിലായിരുന്നു. നിങ്ങൾക്കുള്ളിൽ അഗാധമായ ധ്യാനത്തിൽ സംഭവിക്കുന്ന അതേ സാഹചര്യം ബാഹ്യത്തിൽ സൃഷ്ടിക്കുവാനുള്ള ഒരു പരിശ്രമമാണ് സംഗീതം. അതിനാൽ ഒരു യഥാർത്ഥ ജ്ഞാനിയാണ് യഥാർത്ഥ സംഗീതജ്ഞൻ. അയാൾ ആ സംഗീതം വായിക്കുന്നുണ്ടാവാം, ഇല്ലാതിരിക്കാം; അയാളൊരു സംഗീതം രചിക്കുന്നുണ്ടാവാം, രചിക്കുന്നില്ലായിരിക്കാം; എങ്കിലും അയാൾക്കാ രഹസ്യമറിയാം, ആ സുവർണ്ണ താക്കോൽ അയാളുടെ കൈവശമുണ്ട്. മാത്രമല്ല ശരിയായ സംഗീതജ്ഞൻ ഇന്നോ നാളെയോ ധ്യാനമെന്ന യാഥാർത്ഥ്യത്തിലേക്ക് തട്ടിയും തടഞ്ഞും എത്താതിരിക്കുകയുമില്ല. അയാൾ

ക്കത് ഏറെക്കാലത്തേക്ക് അവഗണിക്കാനാവില്ല. അതനിവാര്യമാണ്, എന്തുകൊണ്ടെന്നാൽ ബാഹ്യം ആന്തരികത്തെ പ്രചോദിപ്പിക്കുന്നു, ആ ബാഹ്യസംഗീതം ഉള്ളിൽ ഗാഢനിദ്രയിലാണ്ടു കിടക്കുന്ന ആന്തരിക സംഗീതത്തെ വെല്ലുവിളിക്കുന്നു. അതേ സംഗീതം തന്നെയാണ് ഈ പ്രപഞ്ചം മുഴുവനും മറഞ്ഞിരിക്കുന്നത്. അതിനാൽ സംഗീതത്തെ ഞാൻ അസ്തിത്വത്തിലെ ഏറ്റവും ദൈവികമായ പ്രതിഭാസങ്ങളിലൊന്ന് എന്നു വിളിക്കുന്നു.

### പ്രഭാതമനനം

ഓരോ മനുഷ്യനും ലോകത്തിനകത്തേക്ക് ഒരു സത്യം കൊണ്ടുവരുന്നു. ഓരോ മനുഷ്യവ്യക്തിയും ഒരു ദൈവദൂതനാണ്- യേശു ക്രിസ്തുവോ, ബുദ്ധനോ, സരതുഷ്ട്രനോ മാത്രമല്ല ദൈവദൂതന്മാർ; അവരങ്ങനെയാണെന്ന് അവർക്കറിയാം, മറ്റുള്ളവർ ദൈവദൂതന്മാരാണെന്നവർക്കറിയില്ല. ജനിച്ചു വീഴുന്ന നിമിഷം നിങ്ങൾ നിങ്ങളുടെ സത്തയിൽ ഒരു സത്യം കൊണ്ടുവരുന്നു. ആ സത്യം ആവിഷ്കൃതമാകാത്തിടത്തോളം നിങ്ങൾക്ക് സംതൃപ്തിയുണ്ടാവില്ല. നിങ്ങൾ ആ സന്ദേശം ലോകത്തിന് നൽകുന്നില്ലെങ്കിൽ നിങ്ങൾക്കഗാധമായൊരു അസ്വസ്ഥത അനുഭവപ്പെടുന്നു, കാരണം അസ്തിത്വത്തോട് നിങ്ങൾക്കുള്ള കടമ നിങ്ങൾ നിറവേറ്റുന്നില്ല.

നിങ്ങളുടെ ഹൃദയത്തിന്റ ഗാനം നിങ്ങളാലപിക്കേണ്ടതുണ്ട്. നിങ്ങളുടെ നൃത്തം നിങ്ങളാടിത്തീർക്കേണ്ടതുണ്ട്. നിങ്ങൾ തികച്ചും വൈയക്തികമായിരിക്കേണ്ടതുണ്ട്, ഒരു അനുകരണം, കാർബൺ കോപ്പിയാവരുത്. നിങ്ങളുടെ തനതായ മുഖം നിങ്ങൾ പുറത്തെടുക്കേണ്ടതുണ്ട്. ആ തനതു മുഖം ലോകത്തിനു വെളിപ്പെടുത്താൻ സാധ്യമാവുമ്പോൾ നിങ്ങളുടെ ജീവിതം സഫലീകരിക്കപ്പെടുന്നു. അതിൽ നിന്നും അളവറ്റ ആനന്ദം ഉയർന്നു വരുന്നു.

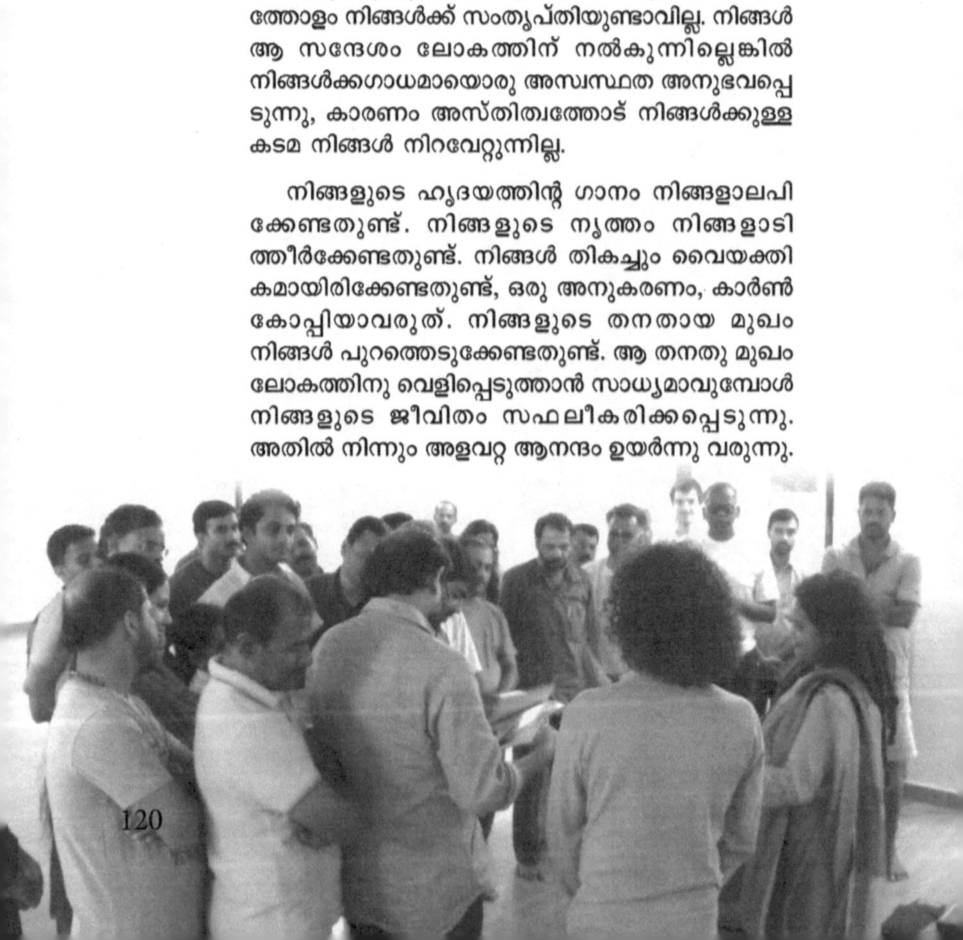

## പ്രദോഷമനനം

ധ്യാനം സംഗീതമാകുന്നു, പരമമായ സംഗീതം: ശബ്ദമില്ലാത്ത സംഗീതം, നിശ്ശബ്ദതയുടെ സംഗീതം. അത് ശബ്ദത്തിലൂടെ നമുക്ക് സൃഷ്ടിക്കുവാൻ കഴിയുന്ന ഏതൊരു സംഗീതത്തേക്കാളുമേറെ ധന്യമാണ്, അഗാധമാണ്, കാരണം ശബ്ദം എന്തു തന്നെയായാലും ഒരു അലോസരമാണ്. നമുക്ക് ആ അലോസരത്തെ ഇഷ്ടമുള്ളതാക്കാം, എങ്കിൽപോലും അതൊരു അലോസരമാണ്. നിശ്ശബ്ദതയെന്നാൽ യാതൊരു അലോസരവുമില്ലാത്തത്, യാതൊരും അനക്കവുമുണ്ടാക്കുന്നില്ല. എന്നാൽ ശബ്ദമില്ലാത്ത, വാക്കുകളില്ലാത്ത ആ അവസ്ഥയിലവിടെ മഹത്തായ സംഗീതമുണ്ട്, മഹത്തായ സ്വരലയമുണ്ട്. ആ നിശ്ശബ്ദതയെ ഒരുവനറിയുന്നില്ലെങ്കിൽ താൻ ഹൃദയത്തിൽ വഹിക്കുന്നത് എന്താണെന്നതിനെക്കുറിച്ച് അയാൾ ബോധവാനല്ല. അയാൾ തന്റെ സ്വന്തം രാജ്യത്തെക്കുറിച്ച്, തന്റെ സ്വന്തം സമ്പദ്സമൃദ്ധിയെക്കുറിച്ച്, തന്റെ സ്വന്തം നിധികളെക്കുറിച്ച് അബോധവാനായി നിലകൊള്ളും. അവനേതുനിമിഷവും ഒരു ചക്രവർത്തിയാകുവാനുള്ള സാധ്യതയുണ്ടെങ്കിലും- കേവലം ഉള്ളിലേക്ക് തരിയുക മാത്രമേ വേണ്ടു- എങ്കിലും അയാൾ യാചകൻ തന്നെയായി നിലനിൽക്കുന്നു. നിശ്ശബ്ദത രാസവിദ്യാപരമാണ്: ഒരിക്കൽ ശബ്ദത്തിന്റെ വേലിക്കെട്ടുകളെ തുളച്ചു കയറുവാൻ നിങ്ങൾക്കു കഴിഞ്ഞാൽ, ശബ്ദത്തിന്റെ പ്രതിബന്ധത്തെ കടന്ന് നിങ്ങളുടെ സത്തയുടെ അകക്കാമ്പിലേക്ക് നിങ്ങളെത്തിച്ചേർന്നു കഴിഞ്ഞാൽ, നിങ്ങൾ അസ്തിത്വത്തിന്റെ കേന്ദ്രത്തിൽ എത്തിച്ചേർന്നിരിക്കുന്നു. അതു ശ്രവിക്കാൻ കഴിഞ്ഞിട്ടുള്ളവർ, അതിനെ പല പേരുകളുമിട്ടു വിളിച്ചിരിക്കുന്നു, ആ പേരുകളിലൊന്നാണു ദൈവം.

## പ്രഭാതമനനം

ഒരു ചെമ്പക പൂവു മാത്രമേ വേണ്ടൂ, ഒരു വീടിനെ മുഴുവൻ സൗരഭ്യ പൂർണ്ണമാക്കുവാൻ. പൂന്തോട്ടത്തിൽ ഒരു ചെമ്പകപ്പൂവുണ്ടെങ്കിൽ ആ തോട്ടം മുഴുവനും സുഗന്ധപൂരിതമായിരിക്കും. അതൊരു കൊച്ചു പൂവാണ്. കാഴ്ചയിൽ അതത്ര മനോഹരമൊന്നുമല്ല, കാഴ്ചയിൽ അതൊരു സാധാരണ പുഷ്പമാണ്. എന്നാൽ പുറംകാഴ്ചയിൽ വഞ്ചിക്കപ്പെട്ടു പോവരുത്. നിങ്ങളൊരു ചെമ്പകപൂവിനടുത്തുകൂടി പോവുകയാണെങ്കിൽ നിങ്ങൾ കാണുന്നത് വെറും ഒരു സാധാരണ പുഷ്പത്തെയാണ്, രണ്ടാമതൊന്നു കൂടി നോക്കുവാൻ മാത്രമില്ലാത്തത്. എന്നാലത് പൂക്കളിലേറ്റവും വിലപിടിച്ച പൂവാണ്. സാധ്യമായതിൽ വെച്ചേറ്റവും മഹത്തായ സൗരഭ്യമാണ് അതിനുള്ളത്. അതുകൊണ്ട് എപ്പോഴും ഓർത്തുകൊള്ളുക, പുറംകാഴ്ചയല്ല ജീവിതത്തിൽ നിർണായക ഘടകം. പാത്രമല്ല പ്രധാനം, അതിലെ ഉള്ളടക്കമാണ്.

ശരീരം വെറും സാധാരണമായിരിക്കാം, നിത്യവും കാണുന്നമാതിരി, എന്നാൽ അതിന് നമ്മുടെ ഭാവനയ്ക്കപ്പുറമായ ഒരു ആത്മാവുണ്ടെന്നു വരാം. ശരീരം ഒരുപക്ഷേ അതിമനോഹരമായിരിക്കാം, അകം തികച്ചും പൊള്ളയുമായിരിക്കാം, യാതൊരാത്മാവുമില്ലാത്തത്. ഇത് നിങ്ങളുടെ ജീവിതത്തിൽ പലപ്പോഴും സംഭവിക്കാറുണ്ട്. യാതൊരാത്മാവുമില്ലാത്ത അതിസുന്ദരന്മാരായ ആളുകളെ നിങ്ങൾക്കു കാണുവാൻ കഴിയും. അതേപോലെ തന്നെ വെറും സാധാരണക്കാരായ ആളുകളെങ്കിലും അത്യുദാത്തമായ ഗുണവിശേഷങ്ങളോടു കൂടിയവർ, അങ്ങനെയുള്ളവരെയും നിങ്ങൾ കണ്ടുമുട്ടാറുണ്ട്. പുറംകാഴ്ചകളിൽ ഒരിക്കലും വഞ്ചിക്കപ്പെട്ടു പോകരുത്. എപ്പോഴും ആഴത്തിലേക്ക് നോക്കുക, ആഴത്തിൽ അന്വേഷിക്കുക. കേന്ദ്രത്തിലേക്കാണ് നോക്കേണ്ടത്, പുറം പരിധിയിലേക്കല്ല.

## പ്രദോഷമനനം

ദൈവം ഒരു തത്വചിന്തയല്ല, അതിലേറെ സംഗീതമാണ്. ദൈവം ഒരു ചികിത്സയല്ല, അതിലേറെ കവിതയാകുന്നു. ദൈവം ഒരു അനുമാനമല്ല, അതിലേറെ അതൊരു നൃത്തമാണ്. ദൈവത്തെ ഈ ദിശകളിൽ അന്വേഷിക്കുവാൻ തുടങ്ങുക, അപ്പോൾ നിങ്ങൾ ശരിയായ ദിശയിലായിരിക്കും സഞ്ചരിക്കുന്നത്, നിങ്ങൾ സ്വഭവനത്തിൽ എത്തിച്ചേരും. ബാഹ്യലോകത്തിലും ആന്തരികലോകത്തിലും സംഗീതത്തെ പിന്തുടരുക. മറ്റൊരു ക്ഷേത്രത്തിലും പോകേണ്ട ആവശ്യമുണ്ടാവുന്നില്ല, സംഗീതം മാത്രം മതിയാവും. അസ്തിത്വത്തിന്റെ സംഗീതം ശ്രവിക്കുവാൻ പഠിക്കുക: പൈൻ മരങ്ങൾക്കിടയിലൂടെ കടന്നുപോകുന്ന ഇളം കാറ്റ്, അല്ലെങ്കിൽ ജലം ഒഴുകുന്ന ചെറു മർമ്മരം, അല്ലെങ്കിൽ അതിഗംഭീരമായി നൃത്തമാടുന്നൊരു സാഗരം. ശ്രദ്ധയോടെ, സൂക്ഷ്മതയോടെ നിരീക്ഷിക്കുക, മനസ്സിനെ കൂടാതെ ശ്രവിക്കുക, ചിന്തിക്കൽ കൂടാതെ ശ്രവിക്കുക. അതിനു നിങ്ങളുടെ സത്തയുടെ അകക്കാമ്പിലേക്കു തന്നെ തുളഞ്ഞു കയറുവാൻ സാധിക്കുമാറാകട്ടെ. അപ്പോൾ നിങ്ങൾ അതിശയപ്പെടും, ബൈബിളിന് നിങ്ങൾക്ക് നൽകുവാൻ കഴിയാത്തതെന്തോ, ഗീതയ്ക്ക് നിങ്ങൾക്ക് നൽകുവാൻ കഴിയാത്തതെന്തോ അതു നൽകുവാൻ സംഗീതത്തിന് സാധിക്കും.

### പ്രഭാതമനനം

ഒരുവൻ തന്റെ സത്തയിൽ സംഗീതം സൃഷ്ടിക്കുന്നില്ലെങ്കിൽ, ഒരുവൻ ഒരു നൃത്തമായി ജീവിക്കുവാൻ തുടങ്ങുന്നില്ലെങ്കിൽ, അസ്തിത്വത്തെ ആഘോഷിക്കുന്നില്ലെങ്കിൽ ദൈവത്തെ അറിയുവാൻ ഒരു സാധ്യതയുമില്ല; എന്തുകൊണ്ടെന്നാൽ ദൈവം നൃത്തത്തിന്റെ, സംഗീതത്തിന്റെ, ആഘോഷത്തിന്റെ ആത്യന്തികമായ ഉച്ചകോടിയാകുന്നു. ദൈവം വിഷാദവാന്മാരായ ആളുകൾക്കുള്ളതല്ല. അത് പ്രേമത്തിനും പൊട്ടിച്ചിരിക്കും പ്രാപ്തിയുള്ളവർക്കു വേണ്ടിയുള്ളതാണ്.

ഈ അസ്തിത്വം അതിഗംഭീരമായൊരു ലീലയാകുന്നു. അതിനെ ഗൗരവമായി എടുക്കാതിരിക്കുക. ഹൃദയത്തിൽ ഒരു ഗാനവുമായി അതിനെ സമീപിക്കുക, ആഹ്ളാദപൂർവ്വം അതിനോട് നന്ദി പറയുക. കനം കുറഞ്ഞ കാലടികളോടുകൂടി, ഹൃദയത്തിൽ പൊട്ടിച്ചിരിയുമായി ലോകത്തിലൂടെ നടന്നു നീങ്ങുക. അപ്പോൾ പൊടുന്നനെ അസ്തിത്വമാകെ ഒരു ദൈവികാനുഭവമായി മാറുവാൻ തുടങ്ങുന്നു. നിസ്സാരമായത് പവിത്രമായിത്തീരുന്നു, നിത്യസാധാരണം അസാധാരണമായിത്തീരുന്നു.

## പ്രദോഷമനനം

ധ്യാനമില്ലാത്ത മനുഷ്യൻ ഹൃദയത്തിൽ സംഗീതമില്ലാത്ത മനുഷ്യനാണ്, സ്വന്തം സത്തയിൽ ഒരു കവിതയുമില്ലാത്തവൻ, യാതൊരാഘോഷവും ഇല്ലാത്തവൻ. അയാളുടെ വസന്തം ഇനിയും വന്നെത്തിയിട്ടില്ല, അയാളുടെ പുഷ്പങ്ങൾ ഇപ്പോഴും കാത്തിരിപ്പിലാണ്, അവ ഇനിയും യാഥാർത്ഥ്യമായിട്ടില്ല. അവൻ ഇനിയും പുഷ്പീകരിച്ചിട്ടില്ല, അവന്റെ സുഗന്ധം വമിക്കപ്പെട്ടിട്ടില്ല. അവനൊരു വിത്തു പോലെയാണ്: തന്നിൽത്തന്നെ സ്വയം ക്യാപ്സൂളികരിക്കപ്പെട്ടത്- അബോധവാൻ, തനിക്കെന്താകുവാൻ കഴിയും, താനെന്താണ് എന്നതിനെക്കുറിച്ച് തീർത്തും അബോധവാൻ. അയാൾ യാതൊരാനന്ദവുമില്ലാത്ത, യാതൊരാഹ്ളാദവുമില്ലാത്ത, യാതൊരു നൃത്തവുമില്ലാത്ത ഒരു സാധാരണ ജീവിതം ജീവിച്ചുകൊണ്ടേയിരിക്കുന്നു. ജീവിതം അവനൊരു ഭാരം പോലെയാണ്, അവനത് വലിച്ചിഴച്ചുകൊണ്ട് എങ്ങനെയോ അതുമായി നീങ്ങുന്നു. വാസ്തവത്തിൽ മരണം അവനെ സംബന്ധിച്ചൊരാശ്വാസം പോലെയാണ്, ഇന്നല്ലെങ്കിൽ നാളെ എല്ലാം അവസാനിക്കുമല്ലോ, കുഴിമാടത്തിൽ വിശ്രമിക്കുവാൻ സാധിക്കുമല്ലോ എന്നുള്ള ഒരാശ്വാസം.

ജീവിതം ഒരു വിദ്യാലയമാകുന്നു. നാം ഇവിടെയുള്ളത് ചിലത് പഠിക്കുവാനാണ്, പഠിക്കേണ്ടുന്ന ഏറ്റവും പ്രധാനപ്പെട്ട കാര്യമാകട്ടെ, പാടുവാൻ പഠിക്കൽ, നൃത്തമാടുവാൻ പഠിക്കൽ, ആഹ്ളാദിക്കാൻ പഠിക്കൽ തന്നെയാകുന്നു. അവയെല്ലാം തന്നെ ധ്യാനത്തിലൂടെ സാധ്യമായിത്തീരുന്നു. ധ്യാനം നിങ്ങളിലെ ആ ഊർജ്ജങ്ങളെയെല്ലാം പുറത്തേക്ക് വിടുന്നു. അങ്ങനെ നിങ്ങളുടെ സത്തയിൽ ആയിരമായിരമായിരം പുഷ്പങ്ങൾ വിടരുവാൻ തുടങ്ങുന്നു.

അപ്പോൾ പറുദീസ മരണാനന്തരം അങ്ങ് വിദൂരത്തിലല്ല, അപ്പോൾ പറുദീസ ഇവിടെ ഇപ്പോൾ തന്നെയാണ്. പറുദീസ ഇവിടെ ഇപ്പോൾ ആകുമ്പോൾ മാത്രമേ അതൊരു സത്യമാകുന്നുള്ളു.

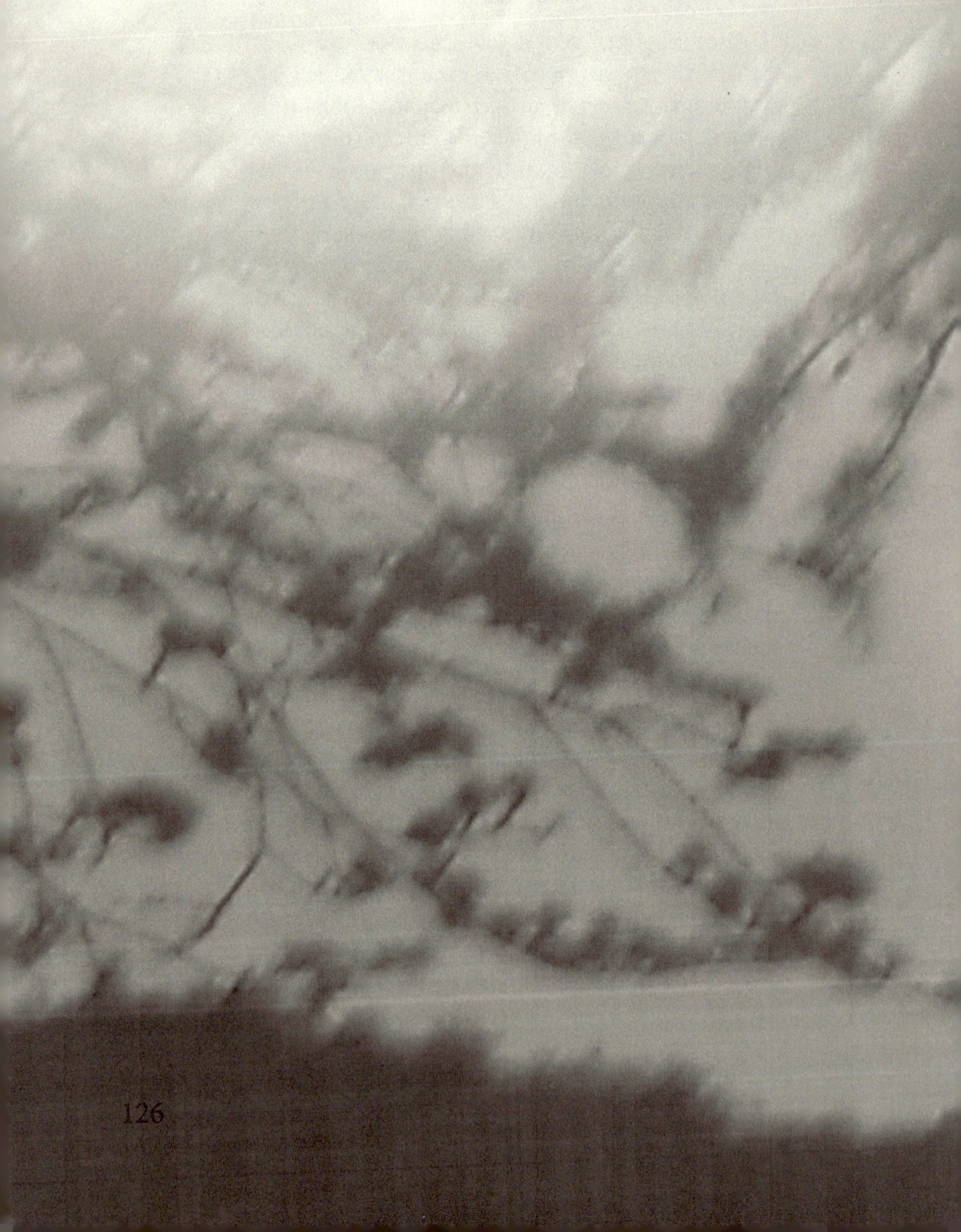

## പ്രഭാതമനനം

ജീവിതം മഹത്തായൊരു കലയായിത്തീരുന്നു. ജീവിതത്തെ അതിസാധാരണമെന്ന് നിസ്സാരവത്ക രിക്കരുത്. ജനനം ജീവിതത്തിന്റെ പര്യായ പദമല്ല, ജനനം ഒരവസരം മാത്രമാണ്; പിന്നീട് നിങ്ങൾ നിങ്ങൾക്കുമേൽ പ്രവർത്തനം നടത്തേണ്ടതുണ്ട്. ഉപേക്ഷിക്കപ്പെടേണ്ട ഒരായിരം കാര്യങ്ങളുണ്ട്: അത്യാർത്തിയുണ്ട്, കോപമുണ്ട്, വിദ്വേഷമുണ്ട്, കാമ മുണ്ട്, അതുപോല പലതും.

ഈ സംഗതികൾ ഉപേക്ഷിക്കപ്പെടുന്നില്ലെങ്കിൽ, നമ്മുടെ സത്തയിൽ നിന്ന് അവയെ നീക്കം ചെയ്യു ന്നില്ലെങ്കിൽ...... അവ കളകൾ പോലെയാണ്, നമ്മളിൽ നിറയെ ഈ കളകളുമാണ്; നമുക്ക് ആ നിലമൊരു ക്കേണ്ടതുണ്ട്: മുഴുവൻ മണ്ണും ഇളക്കണം, കല്ലുക ളെല്ലാം ദൂരെ മാറ്റണം, കളകൾ പറിച്ചു മാറ്റണം; അ പ്പോൾ മാത്രമേ പനിനീർപ്പൂക്കൾക്കു സാധ്യതയുള്ളു. നിങ്ങളുടെ സത്തയിൽ പനിനീർച്ചെടികൾ വളരുമ്പോ ഴാകാട്ടെ, നിങ്ങളുടെ ജീവിതത്തിന് ആഹ്ളാദമുണ്ടാ കുവാൻ തുടങ്ങുന്നു, സൗന്ദര്യമുണ്ടാകുവാൻ തുട ങ്ങുന്നു, നിങ്ങളുടെ ജീവിതം ശാലീന സുന്ദരമായി ത്തീരുന്നു. അപ്പോൾ നിങ്ങളുടെ കൈവശം ദൈവ ത്തിനു സമർപ്പിക്കുവാൻ ചിലതുണ്ട്; അല്ലെങ്കിൽ സമർപ്പിക്കുവാനായി എന്താണുള്ളത്?

## പ്രദോഷമനനം

സത്യത്തിലേക്കുള്ള ഒന്നാമത്തെ ചുവട് പ്രസന്നതയാണ്, അഗാധമായ ആന്തരിക നൃത്തം. ആ നൃത്തത്തെ തടയുന്ന എല്ലാറ്റിനെയും ഒരുവൻ ഉപേക്ഷിക്കേണ്ടതുണ്ട്; ഒരുവന്റെ ജീവിതം ഒരാഘോഷമായിത്തീരുന്നതിന് തടസ്സം നിൽക്കുന്ന എല്ലാറ്റിനെയും ഉപേക്ഷിക്കേണ്ടതുണ്ട്. നമ്മളാവട്ടെ ആനന്ദപൂർണ്ണതയ്ക്കെതിരായ പലവിധ അനുശീലനങ്ങളും സ്വയം കൊണ്ടു നടക്കുന്നുണ്ട്.

വാസ്തവത്തിൽ മതം ഗൗരവത്തിന്റെ ഏതാണ്ട് പര്യായമായിത്തീർന്നിരിക്കുന്നു. മതാത്മകരായ ആളുകൾ വളരെ ദുഃഖിതരായി കാണപ്പെടുന്നു, ചിരിക്കുന്നത് പാപമാണെന്നപോലെ. അവർക്ക് പാട്ടു പാടാൻ കഴിയുന്നില്ല, നൃത്തമാടാൻ കഴിയുന്നില്ല, അവർക്കൊന്നും ആസ്വദിക്കുവാൻ കഴിയുന്നില്ല. അവർ ജീവിതത്തിനെതിരാണ്. സത്യം കണ്ടെത്തുവാനുള്ള മാർഗ്ഗം അതല്ല.

ജീവിതത്തെ സ്നേഹിക്കുക, ജീവിതത്തിലെ കൊച്ചു കൊച്ചു കാര്യങ്ങളെ സ്നേഹിക്കുക- ആഹാരം കഴിക്കൽ, നടക്കൽ, ഉറങ്ങൽ, അതുപോലെയുള്ള കൊച്ചു കൊച്ചു കാര്യങ്ങൾ- ജീവിതത്തിലെ നിത്യസാധാരണമായ പ്രവൃത്തികൾ ഒരു ആഹ്ളാദമായി പരിവർത്തിപ്പിക്കപ്പെടണം. അവയെല്ലാം വളരെയേറെ ആഹ്ലാദപൂർവ്വം ചെയ്തുകൊണ്ട്, എല്ലാം ഒരു നൃത്തമായിത്തീരണം. അപ്പോൾ സത്യം അകലെയല്ല, അപ്പോൾ ഓരോ നിമിഷവും അത് കൂടുതൽ അടുത്തടുത്തു വരുന്നു. നിങ്ങളുടെ പരമാനന്ദം സമ്പൂർണ്ണമായിത്തീരുന്ന നിമിഷം, സത്യം നിങ്ങളിലേക്ക് ഇറങ്ങി വരുന്നു. സത്യം മുക്തനാഥുകയും ചെയ്യുന്നു.

## 29

### പ്രഭാതമനനം

നാമെല്ലാം ശിലകളായിട്ടാണ് ജനിക്കപ്പെടുന്നത്, എന്നാൽ നാം പനിനീർപ്പൂക്കളായി തീരേണ്ടതുണ്ട്. പാറയ്ക്ക് ഒരു പനിനീർപ്പൂവായിത്തീരുവാനുള്ള ശേഷിയുണ്ട്. അതസാധ്യമായി തോന്നുമെങ്കിലും, അതു തോന്നൽ മാത്രമാണ്, അതു പലതവണ സംഭവിച്ചിട്ടുണ്ട്; അതു നിങ്ങൾക്കും സംഭവിക്കാം. ഒരു യേശുവിന് അത് സംഭവിക്കാമെങ്കിൽ നിങ്ങൾക്കും അതു സംഭവിക്കാം. അത് എനിക്ക് സംഭവിക്കാമെങ്കിൽ, നിങ്ങൾക്കും സംഭവിക്കാം. ഞാൻ സംസാരിക്കുന്നതാവട്ടെ, എന്റെ സ്വന്തം അനുഭവത്തിൽ നിന്നുകൊണ്ടാണ്. എല്ലാവരും ജനിക്കുന്നത് ഒരു പാറയായിട്ടാണെങ്കിലും വളരെ കുറച്ചു പേർ മാത്രമാണ് മഹത്തായ ഈ അവസരം ഏറ്റവും നന്നായി ഉപയോഗപ്പെടുത്തിക്കൊണ്ട് സ്വയം പനിനീർപ്പൂക്കളായിത്തീരുവാൻ പരിശ്രമിക്കുന്നത്-വളരെ ചുരുക്കം പേർ. അപൂർവരായ ആളുകൾ മാത്രമാണ് ഈ മഹത്തായ അവസരം ഏറ്റവും നന്നായി പ്രയോജനപ്പെടുത്താൻ ശ്രമിക്കുന്നത്. അധികംപേരും വെറും പാറകളായിത്തന്നെ ജീവിക്കുന്നു, ഉരുളൻകല്ലുകളായി നദിയോടൊപ്പം അങ്ങുമിങ്ങും ആകസ്മികമായി തട്ടിമുട്ടി ഒഴുകിക്കൊണ്ട്, യാതൊരു പാഴലും ശേഖരിക്കാതെയും അതിനുശേഷം മരണമടഞ്ഞുകൊണ്ടും. അവർ ജനിക്കുന്നതും മരിക്കുന്നതും പാറകളായിട്ടാണ്. നിങ്ങളൊരു പനിനീർപ്പൂവായിത്തീരാത്തിടത്തോളം നിങ്ങളുടെ ജീവിതത്തിൽ യാതൊന്നും സംഭവിക്കുന്നില്ല.

## 29

## പ്രദോഷമനനം

ഒരുവന് സ്വയം ഒരു പൊട്ടിച്ചിരിയായിത്തീരുവാൻ കഴിയുമെങ്കിൽ, ഒരുവന് പ്രേമമായിത്തീരുവാൻ കഴിയുമെങ്കിൽ, പിന്നെ മറ്റൊരു പ്രാർത്ഥനയുടെയും ആവശ്യമില്ല: അവൻ ഇപ്പോൾത്തന്നെ ദൈവികതയിലേക്ക് പ്രവേശിച്ചിരിക്കുന്നു.

ദുഃഖിതനായ ഒരു വ്യക്തി ദൈവത്തിലേക്ക് പ്രവേശിക്കുന്നത് ഞാനിതുവരെ കണ്ടിട്ടില്ല. ദൈവത്തിനുനേരെയുള്ള ഒരേയൊരു വഴി നൃത്തമാടലിന്റെ വഴിയാകുന്നു. അതിനാൽ നൃത്തമാടുവാൻ, പാട്ടുപാടുവാൻ, ആഘോഷിക്കുവാൻ, ആഹ്ളാദിക്കുവാൻ പഠിക്കുക. അപ്പോൾ നിങ്ങൾ എല്ലായിടത്തും ദൈവത്തെ കണ്ടെത്തും. അപ്പോൾ ഓരോ അനുഭവവും ദൈവികമാണ്, സാധാരണം അസാധാരണമായി മാറാൻ തുടങ്ങുകയും നിത്യസാധാരണം ദിവ്യത്വത്തിലേക്ക് അപ്രത്യക്ഷമാവുകയും ചെയ്യുന്നു. ജീവിതം മുഴുവനും ദൈവം നിറഞ്ഞിരിക്കുന്നതിനാൽ, അത് അങ്ങ് മുകളിൽ ആകാശത്തിലെവിടെയോ ഇരിക്കുന്ന ഒരു ദൈവത്തിന്റെ പ്രശ്നമല്ല. നിങ്ങൾ എവിടെയായിരുന്നാലും ദൈവത്താൽ ചൂഴ്ന്നിരിക്കുന്നു. നിങ്ങൾ എപ്പോഴും വിശുദ്ധനിലത്തുകൂടി തന്നെയാണ് നടക്കുന്നത്. അപ്പോൾ ഓരോ കല്ലിലും ഓരോ മതോപദേശമുണ്ട്, ഓരോ പാറയിലും ഒരു മതഗ്രന്ഥമുണ്ട്. കാണുവാൻ, അനുഭവിക്കുവാൻ, വർത്തിക്കുവാൻ ഒരു ഹൃദയം വേണമെന്നേയുള്ളു, നൃത്തമാടുന്ന ഒരു ഹൃദയം.

**പ്രഭാതമനനം**

ശരീരം സുന്ദരമാണ്, ശരീരം ഒരു ക്ഷേത്രമാകുന്നു; എന്നാലത് സുന്ദരമാകുന്നത് നിങ്ങൾ അതല്ലെന്ന് നിങ്ങളറിയുമ്പോൾ മാത്രമാണ്. നിങ്ങളതുമായി താദാത്മ്യം പ്രാപിക്കുകയാണെങ്കിൽ, അതു വിരൂപമായിത്തീരുന്നു: അതൊരു ക്ഷേത്രമെന്നതിനേക്കാൾ ഒരു തടവറയായിത്തീരുന്നു.

''ഞാൻ ഈ ശരീരമല്ല, മറിച്ച് കേവലമൊരു അതിഥിയും ശരീരം ആതിഥേയനുമാണ്'' എന്നു നിങ്ങളറിയുമ്പോൾ, അപ്പോൾ ശരീരം ഒരു ക്ഷേത്രമാണ്; ഒരു ക്ഷേത്രത്തിന് സൗന്ദര്യമുണ്ട്, ഒരു ആദ്ധ്യാത്മിക സൗന്ദര്യമുണ്ട്, പവിത്രതയുണ്ട്. നിങ്ങളിതു മറക്കുകയാണെങ്കിൽ, ''ഞാൻ ശരീരമാണ്'' എന്ന് നിങ്ങൾ വിചാരിക്കാൻ തുടങ്ങുന്നു, കോടാനുകോടി ജനങ്ങൾ ചിന്തിക്കുന്നതുപോലെ തന്നെ- തൊണ്ണൂറ്റിയൊമ്പതു ശതമാനം ജനങ്ങളും ചിന്തിക്കുന്നത് അവർ ശരീരമാണെന്നാണ്.

ശരീരത്തിനു സംഭവിക്കുന്ന കാര്യങ്ങൾക്കൊന്നും നിങ്ങളുമായി ബന്ധമില്ല എന്നുള്ള അനുഭവം അത്രയേറെ സ്വാതന്ത്രാത്മകമാണ്, പൊടുന്നനെ നിങ്ങൾ ഭാരരഹിതനായി തീരുന്നു. ആ ഭാരരാഹിത്യം ധ്യാനത്തിന്റെ പ്രശസ്തമായ ഉപോല്പ്പന്നങ്ങളിലൊന്നാണ്, ധ്യാനം എന്നതിന്റെ കേവലമായ അർത്ഥം സാക്ഷീകരണത്തിന്റെ കല എന്നാണ്. നിങ്ങളുടെ ശരീരത്തെ സാക്ഷീകരിച്ചുകൊണ്ട് തുടങ്ങുക. അതിനുശേഷം നിങ്ങളുടെ മനസ്സിനെ- അങ്ങിനെ രണ്ടിൽ നിന്നും പുറത്തുകടക്കുക! വാസ്തവത്തിൽ ധ്യാനത്താൽ നിങ്ങൾ രണ്ടിൽ നിന്നും പുറത്തുകടക്കുന്നു. അങ്ങനെ ''ഞാൻ ശരീരമല്ല, മനസ്സല്ല'' എന്നൊരുവൻ അറിയുന്ന ദിനം അവൻ സ്വഭവനത്തിൽ എത്തിച്ചേർന്നു കഴിഞ്ഞു. അപ്പോൾ താനാരെന്ന് ഒരുവനറിയുന്നു.

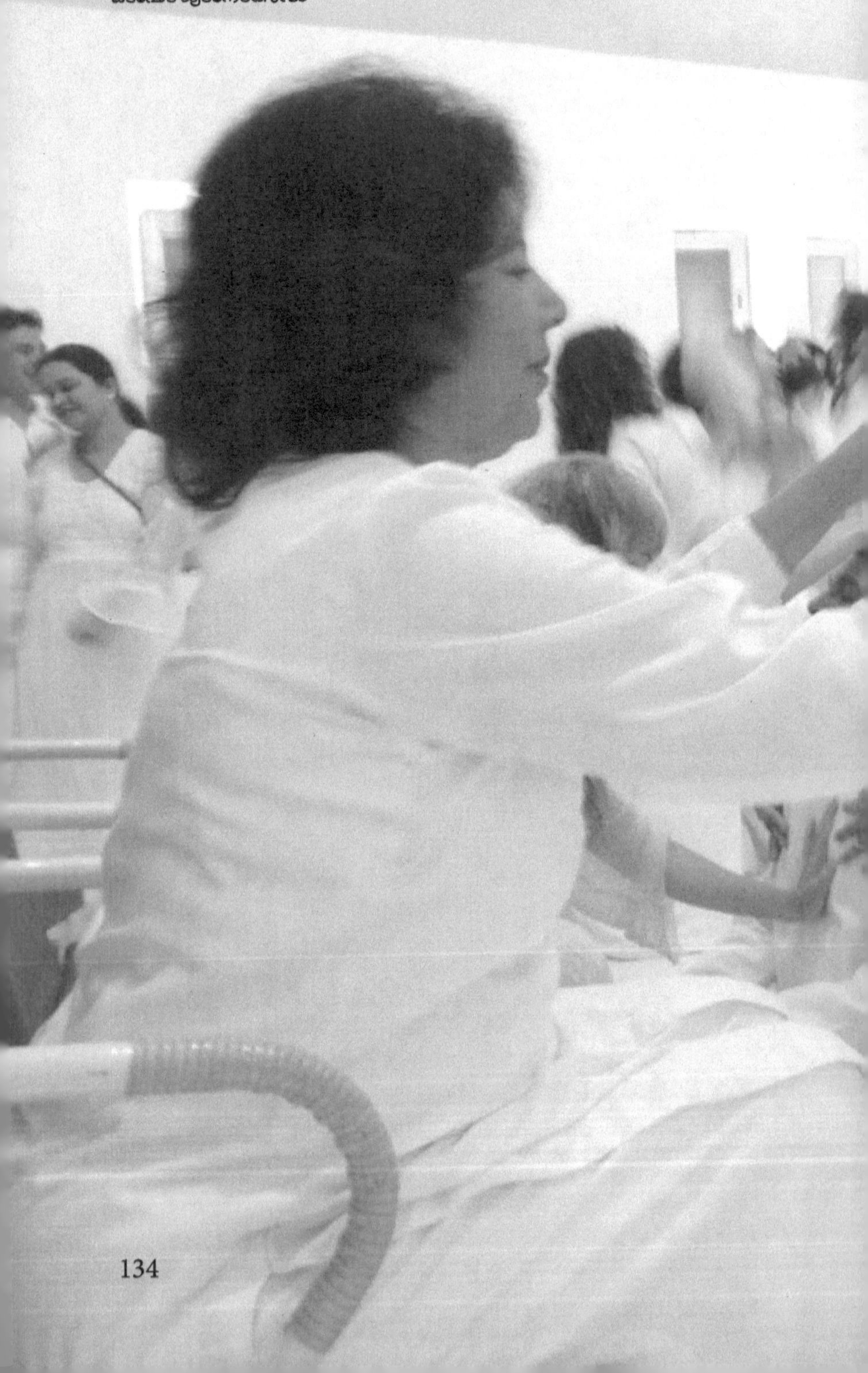

ശരീരവുമായുള്ള താദാത്മ്യം വാർദ്ധക്യവുമായും രോഗാതുരത്വവുമായും മരണവുമായുള്ള താദാത്മ്യമായിത്തീരുന്നു. നിങ്ങൾ ശരീരവുമായി താദാത്മ്യ വിമുക്തനാവുന്ന നിമിഷം, ''ഞാൻ വ്യതിരിക്തനാണ്, ഞാൻ അവബോധമാണ്'' എന്നു നിങ്ങളറിയുമ്പോൾ ഉടനടി നിങ്ങൾ രോഗങ്ങളിൽ നിന്ന്, വാർദ്ധക്യത്തിൽ നിന്ന്, മരണത്തിൽ നിന്ന് വിമുക്തനായിത്തീരുന്നു. ശരീരത്തിനവ സംഭവിക്കും, എന്നാൽ നിങ്ങളതിന്റെയെല്ലാം വെറുമൊരു സാക്ഷി മാത്രമാണ്, കേവലം പുറത്തുനിന്നു നോക്കുന്ന ഒരാൾ, നിങ്ങളുമായി അവയ്ക്കൊന്നും ഒരു ബന്ധവുമില്ല.

## പ്രദോഷമനനം

ഞാൻ ലോകവുമായും ജീവിതവുമായും അങ്ങേയറ്റം പ്രേമത്തിലാണ്, ഞാനെന്റെ സന്യാസികളെ മഹത്തായ ജീവിതപ്രേമികളാകുവാൻ പഠിപ്പിക്കുകയും ചെയ്യുന്നു. കാറ്റിനോടൊപ്പം നൃത്തം ചെയ്യുക, പെയ്തുകൊണ്ടിരിക്കുന്ന മഴയോടൊപ്പം നൃത്തം ചെയ്യുക, അലഞ്ഞുലയുന്ന വൃക്ഷങ്ങളോടൊപ്പം നൃത്തം ചെയ്യുക. അപ്പോൾ നിങ്ങളത്ഭുതപ്പെടും, മതം ഗ്രന്ഥങ്ങളിലല്ല, അത് അസ്തിത്വമാകെ വ്യാപിച്ചിരിക്കുന്നുവെന്നുകണ്ട്. നിങ്ങൾക്കതിന്റെ ക്ഷണികദർശനങ്ങൾ ഒരു മഴവില്ലിൽ നിന്ന് ലഭിക്കുന്നുണ്ടാവാം, അതിന്റെ അനുഭവം ഒരു മയിലിന്റെ നർത്തനത്തിൽ നിന്ന് അല്ലെങ്കിൽ ഒരു കുയിലിന്റെ ദൂരെ നിന്നുള്ള കൂജനത്തിൽ നിന്ന് നിങ്ങൾക്കു ലഭിക്കുന്നുണ്ടാവാം, അല്ലെങ്കിൽ ഒരാളുടെ ഓടക്കുഴൽ വിളിയിൽ നിന്ന്.

മതം മൃതമായ എന്തോ ഒന്നല്ല. മതം വരെയധികം ജീവത്തായ ഒന്നാണ്. അതുമായി ബന്ധം സ്ഥാപിക്കണമെന്നുണ്ടെങ്കിൽ നിങ്ങൾ സജീവനായിരിക്കണം. ദുഃഖത്തിൽ ജീവിക്കുമ്പോൾ നിങ്ങൾ ജീവിക്കുന്നത് മരണത്തിലാണ്. പരമാനന്ദത്തിൽ ജീവിക്കുമ്പോൾ നിങ്ങൾ കൂടുതൽ കൂടുതൽ സജീവനായിത്തീരുന്നു. നിങ്ങളുടെ പരമാനന്ദം അതിന്റെ ഉച്ചകോടിയിലെത്തുമ്പോൾ, ആനന്ദമൂർച്ഛയുടെ ഉച്ചകോടിയിലെത്തുമ്പോൾ, അപ്പോൾ നിങ്ങൾ അസ്തിത്വവുമായി ബന്ധം സ്ഥാപിക്കുന്നു. ആ ബന്ധം, ജീവിതം വെറും പദാർത്ഥമല്ല അതിൽ കൂടുതലെന്തോ ആണെന്നുള്ളതിന്റെ തെളിവ് നൽകുന്നു. ആ കൂടുതലുള്ളത് അനിർവചനീയമാണ്. നിങ്ങൾക്കതിനെ 'ആ' എന്നോ, 'ഈ' എന്നോ, 'ഉ' എന്നോ വിളിക്കാം. ബോധോദയം, താവോ, സത്യം, ദൈവികത - എന്നാൽ ഇവയെല്ലാം വാക്കുകളിൽ ഉൾക്കൊള്ളിക്കാൻ സാധിക്കാത്തതിന് ചൂണ്ടിക്കാട്ടുവാൻ ഉപയോഗിക്കുന്ന വാക്കുകൾ മാത്രമാണ്.

### പ്രഭാതമനനം

നൂറ്റാണ്ടുകളായി വീണ്ടും വീണ്ടും അനുഭവപ്പെട്ടുകൊണ്ടിരിക്കുന്ന ഒരു സംഗതിയാണ്, ആയിരം ആളുകളുള്ള ഒരു ഗ്രാമത്തിൽ യഥാർത്ഥ ജ്ഞാനിയായി ഒരാളെങ്കിലും ഉണ്ടെങ്കിൽ അവിടത്തെ ജനങ്ങളുടെ മൊത്തം ഗുണവിശേഷത്തിനു മാറ്റം ഉണ്ടാവുന്നു.

മനുഷ്യൻ ഈ അവസ്ഥയിൽ എത്തിച്ചേർന്നിരിക്കുന്നത് അവരിൽ ഭൂരിപക്ഷത്തിന്റെയും ഗുണവൈശിഷ്ട്യം മൂലമല്ല, മറിച്ച് യേശുവിനെപ്പോലെയും, ബുദ്ധനെപ്പോലെയും, അല്ലെങ്കിൽ മുഹമ്മദിനെയോ സരതുഷ്ട്രനെയോ കൃഷ്ണനെയോ പോലെയുള്ള അല്പം ചില ആളുകൾ മൂലമാണ് - അപൂർവ്വരായ ഈ ആളുകൾ മൂലം. ഓരോ ബുദ്ധനോടുമൊപ്പം, ഓരോ ക്രിസ്തുവിനോടുമൊപ്പം, ജാഗരണം പ്രാപിച്ച ഓരോ ആത്മാവിനോടുമൊപ്പം, മനുഷ്യരാശി ഒരു ചുവട് ഉയരത്തിൽ മുന്നോട്ട് വെയ്ക്കുന്നു.

എന്നാൽ ആയിരക്കണക്കിനാളുകൾ ജാഗരണം പ്രാപിക്കുന്നതോടെ, അപ്പോൾ മനുഷ്യരാശി ഒന്നടങ്കം ഒരു വമ്പൻ കുതിച്ചുചാട്ടം നടത്തുന്നു. അതിനെയാണ് ഞാൻ നവീന മനുഷ്യന്റെ ആരംഭം എന്നുപറയുന്നത്.

ഇവിടെ എന്റെ ശ്രമം വ്യക്തികളെ സഹായിക്കൽ മാത്രമല്ല- പുറംകാഴ്ചയിൽ അതാണ് ഞാൻ ചെയ്തുകൊണ്ടിരിക്കുന്നത്- എങ്കിലും അഗാധമായ അർത്ഥത്തിൽ, ആ പുതിയ മനുഷ്യന് ഹൃദയത്തിൽ പ്രേമത്തോടുകൂടി, ആത്മാവിൽ പ്രകാശത്തോടുകൂടി, ധിഷണാവിശേഷത്തോടുകൂടി, അവബോധത്തോടു കൂടി ഉയർന്നുവരാനും, ഈ ഭൂമണ്ഡലമാകെ ഒരു പറുദീസയായി പരിവർത്തിപ്പിക്കുവാനും കഴി

യുംവിധം ഒരു പശ്ചാത്തലം ഒരുക്കുവാൻ, അതിന് അത്യാവശ്യമായ സാഹചര്യം സൃഷ്ടിക്കുകയാണ് ഞാനിവിടെ ചെയ്തുകൊണ്ടിരിക്കുന്നത്. ആ ദിവ്യാത്ഭുതം സാധ്യമാണ്. വാസ്തവത്തിൽ ഇപ്പോൾ മാത്രമാണത് സാധ്യമാകുന്നത്- മുമ്പൊരിക്കലും അത് സാധിക്കുമായിരുന്നില്ല, കാരണം നമ്മൾ വളർച്ചയുടെ ഒരു പ്രത്യേക ഘട്ടത്തിലെത്തിയിരിക്കുന്നു. മനുഷ്യനിപ്പോൾ ബാലിശനല്ല, അവന് പ്രായമെത്തിയിരിക്കുന്നു.

എങ്കിലും മഹത്തായ പരിശ്രമത്തിന്റെ ആവശ്യമുണ്ട്. ഒരുവന്റെ സകല ഊർജ്ജവും അതിനായി വിനിയോഗിക്കേണ്ടതുണ്ട്. നിങ്ങളുടെ മുഴുവൻ ഊർജ്ജവും നിങ്ങൾക്കു സ്വയം ഒരു പുനർജന്മം നൽകുന്നതിലേക്കായി വിനിയോഗിക്കുക. അത് നിങ്ങളുടെ മാത്രം പുനർജന്മമായിരിക്കുകയില്ല, മുഴുവൻ മനുഷ്യരാശിയെയും സഹായിക്കലായിരിക്കുമത്. എന്നെ സംബന്ധിച്ച് അതാണ് യഥാർത്ഥമായ സേവനം.

## പ്രദോഷമനനം

എന്റെ ദർശനമാകെത്തന്നെ ഒരു നൃത്തമാടുന്ന, ഗാനമാലപിക്കുന്ന, പ്രണയിക്കുകയും പൊട്ടിച്ചിരിക്കുകയും ചെയ്യുന്ന മാനവരാശിയെക്കുറിച്ചുള്ളതാണ്. ഈ ഭൂമിയെ മുഴുവനും പൊട്ടിച്ചിരികൊണ്ട് നിറയ്ക്കുവാൻ, കവിതയാലും സംഗീതത്താലും പെയ്ന്റിംങ്ങുകളാലും നിറയ്ക്കുവാൻ, സൃഷ്ടിപരതയാൽ, സംവേദകത്വത്താൽ നിറയ്ക്കുവാൻ ഞാനിഷ്ടപ്പെടുന്നു. ഒരു വ്യക്തി എത്രമാത്രം സംവേദിയാകുന്നുവോ, സൃഷ്ടിപരനാകുന്നുവോ, അത്രകണ്ട് മതാത്മകനുമായിരിക്കുന്നു: അവൻ എത്രമാത്രം സൃഷ്ടിപരനാകുന്നുവോ, വ്യക്തമായും അത്രകണ്ട് സൃഷ്ടികർത്താവിനോട് അവനടുക്കുന്നു. അതിനാൽ ജീവിതത്തിൽ അഭിരമിക്കുക, ആഹ്ലാദം കൊള്ളുക- ഓർത്തുകൊള്ളുക, നിങ്ങൾക്കായുള്ള എന്റെ സന്ദേശം അതാണ്.

# Notes

Notes

Notes

www.ingramcontent.com/pod-product-compliance
Lightning Source LLC
LaVergne TN
LVHW090408051026
849518LV00006B/2285
*9789355174413*